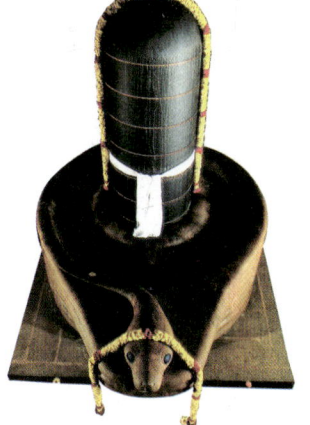

தியானலிங்கம்

குரு தந்த குரு

ப்ரியன் ஸ்ரீநிவாஸன்

தியானலிங்கம் குரு தந்த குரு

© 2008 ஈஷா அறக்கட்டளை
அனைத்து உரிமைகளும் பதிப்பாளருக்கே!

முதல் பதிப்பு : ஜூன் 2008
10ம் பதிப்பு : ஜனவரி 2016

பதிப்பாளர்:
ஈஷா அறக்கட்டளை,
15,கோவிந்தசாமிநாயுடு லேஅவுட்,
சிங்காநல்லூர், கோயம்புத்தூர் 641 005.
Phone: +91-422-2515345
E-Mail: info@ishafoundation.org
Web: ishafoundation.org

விலை: ரூ. 100

சத்குரு
வழிகாட்டும் ஒளிவிளக்கு!

இந்தப் புத்தகம் எப்படி சாத்தியமாயிற்று?

இன்னமும் வியந்து வியந்து யோசிக்கிறேன். ஒன்றும் பிடிபடவில்லை. தினகரன் நாளிதழில் ஆன்மிக மலரில் 33 வாரங்கள் தொடராக வெளிவந்தவைதான் இப்போது புத்தகமாக உங்கள் கரங்களில்.

நான் பல்லாண்டுகளாக எழுத்துப் பங்களிப்புச் செய்துவரும் 'கல்கி' இதழுக்காக தொடர் துவங்குவதற்கு முன் இரு முறை சத்குருவைப் பேட்டி கண்டிருக்கிறேன். மற்றபடி, ஈஷா யோக மையம் நடத்தி வரும் யோகதியான வகுப்புகளில் பயிற்சி எடுத்துக்கொண்டவன் இல்லை. ஈஷா யோக மையத்தின் பத்திரிகைத் தொடர்பு பணிகளைக் கவனித்து வரும் நண்பர் பாலசந்திரன் "தியான லிங்கத்தைப் பற்றி தினகரனில் ஒரு தொடர் வெளியிடுகிறார்கள், நீங்கள் எழுதிக் கொடுங்களேன்" என்று கேட்டுக்கொண்டார். அவரது அன்புக்கு அடிபணிந்துவிட்டேன், அதை ஒரு பாக்கியமாக இப்போது உணர்கிறேன்.

தொடர் வெளிவந்த சமயம், தியானலிங்கம் தொடர்பாக சில விளக்கங்களைப் பெற இரு முறை சத்குருவைச் சந்திக்க கிடைத்த வாய்ப்பை பெரும் பேறாகக் கருதுகிறேன். இந்தத் தொடர் எழுத எனக்கு வழிகாட்டியவை 'ஞானத்தின் பிரம்மாண்டம்' மற்றும் 'ஞானியின் சந்நிதியில்' ஆகிய நூல்கள்தான். தவிர, ஈஷா யோக மையம் வெளியிட்டிருக்கும் வேறு புத்தகங்களும் உதவியாக இருந்தன. எல்லாவற்றுக்கும் மேலாக சத்குருவின் அருளாசியே எனக்குப் பெரும் உந்து சக்தியாக இருந்தது.

ப்ரியன் ஸ்ரீநிவாசன், சென்னை.
09.05.08

வானத்தின் கீழ் இருக்கும் சகல விஷயங்களுக்கும் சத்குருவிடம் விளக்கம் இருக்கிறது. தியான லிங்கத்தை ஸ்தாபிக்க சத்குரு மூன்று பிறவிகளாக எடுத்த முயற்சி, யோகதியான அனுபவங்கள் உள்நிலையில் ஏற்படுத்தும் பிரமிக்கத்தக்க மாற்றம் ஆகியவைகளைப் பற்றிய புரிதலே பெரிய சவாலான விஷயம். ஒவ்வொரு வாரமும் தொடர் எழுதுவதற்கு முன்பு இருக்கும் அவஸ்தையும் வலியும், எழுதி முடித்தவுடன் உற்சாகமாகவும் குதூகலமாகவும் மாறிய அனுபவத்தை எப்படிச் சொல்வது?

'நீங்கள் யோகதியான வகுப்புகளில் கலந்துகொண்டவரல்ல, எப்படி இவ்வளவு நுணுக்கமாகவும் அதே சமயம் எளிமையாகவும், பல கடினமான விஷயங்களை உங்களால் சொல்ல முடிகிறது' என்று ஈஷா அன்பர்கள் பலர் வியந்து சொன்னார்கள். ஆனால் வழிகாட்டும் ஒளிவிளக்காக சத்குரு இருந்ததால் மட்டுமே இது சாத்தியம் என்பது அவர்களுக்கும் தெரியும். மிகவும் மூத்த ஈஷா அன்பர்களிடம் பேசியதன் காரணமாக, இதுவரை வெளியுலகுக்கு ஏன் லட்சக்கணக்கான ஈஷா அன்பர்களுக்கும்கூட தெரியாத புதிய செய்திகள் இந்த புத்தகத்தில் சொல்லப்பட்டிருக்கின்றன.

இந்தப் புத்தகம் ஈஷா யோக மையத்தின் சார்பாக வெளிவர முயற்சி எடுத்தோருக்கு எனது மனமார்ந்த நன்றி. அது போல வாராவாரம் நல்ல முறையில் வெளியிட்டு, ஆன்ம விடுதலைக்கு வழிகாட்டும் தியானலிங்கத்தின் வீரியத்தைத் தமிழகத்தில் பரப்பிய தினகரன் இதழுக்கும் நன்றி.

எங்கே? நிம்மதி

1

துறவி ஒருவர் கிராமத்துக்கு வெளியே ஒரு மரத்தடியில் தங்கி ஓய்வெடுத்துக்கொண்டு இருந்தார். விடிந்தும் விடியாத காலைப்பொழுதில் அவரை வந்து சந்தித்தார் ஒரு கிராமவாசி. எடுத்த எடுப்பிலேயே அவர் துறவியைப் பார்த்து, “அந்த வைரம் எங்கே?” என்று கேட்டார்.

அவரைக் கூர்ந்து பார்த்த துறவி, “எந்த வைரத்தைப் பற்றிச் சொல்லுகிறாய்?” என்று கேட்டார். “நேற்றிரவு என் கனவில் சிவபெருமான் வந்தார். ‘கிராமத்து எல்லையில் தங்கியிருக்கும் துறவியிடம் சென்று, ‘அந்த வைரத்தைக் கொடுங்கள்’ என்று கேள்; உனக்கு மிகப் பெரிய வைரத்தை அவர் கொடுப்பார். அதை வைத்து உன் வாழ்க்கையை சீரமைத்துக்கொள்’ என்று சொன்னார். அந்த வைரத்தைத்தான் கேட்கிறேன், எங்கே அது?” என்று கேட்டார். மெள்ளச் சிரித்த துறவி, “நீங்கள் அந்த வைரத்தைக் கேட்கிறீர்களா?” என்றபடி, தன் பக்கத்திலிருந்த ஒரு பையிலிருந்து உள்ளங்கை அளவுள்ள பெரிய வைரக்கல் ஒன்றை எடுத்து கிராமவாசியிடம் கொடுத்தார். மிக அபூர்வமான வைரம் அது. உலகிலேயே மிகப் பெரியது, பெருமதிப்புடையது.

நடுங்கும் கரங்களுடன் அந்த வைரத்தைப் பெற்றார் கிராமவாசி. அவருடைய மனசுக்குள் பெருங்கடல் ஒன்று பேரலை வீசி அடித்தது. எதிர்காலத்தைப் பற்றிய கனவுகளோடும் கற்பனையோடும், அதே சமயம் ஒருவிதப் பதட்டத்துடனும் தன் வீட்டை அடைந்தார். மனைவியிடம்கூட இந்த விஷயத்தைச் சொல்லத் தயக்கம் அவருக்கு. வைரத்தை எங்கே மறைத்துவைப்பது என்று திகைத்து, தன் தலையணைக்கு அடியிலேயே வைத்துக்கொண்டார்.

தலையணைக்குக் கீழே அத்தனை மதிப்பு வாய்ந்த வைரக்கல் இருந்தால் தூக்கம் எப்படி வரும்? புரண்டு, புரண்டு படுத்தார். இந்த வைரத்தின் மதிப்பும் அதனால் தன் எதிர்காலம் ஒளி வீசப்போவதையும் எண்ணி சந்தோஷப்படுவதா அல்லது இந்த வைரத்தை யாரும் களவாடிவிட முடியாதபடி பாதுகாக்க வேண்டிய பொறுப்பை நினைத்துக் கவலைப்படுவதா? குழப்பத்தில், என்ன முயன்றும் அவரால் தூங்க முடியவில்லை. மிகவும் சிரமப்பட்டார். தூக்கத்துக்காகப் போராடினார். கூடவே பளிச்சென்று மனசுக்குள் ஒரு ஒளி. ‘நான் கேட்டதுமே இந்த வைரக்கல்லை அந்தத் துறவி கொடுத்துவிட்டாரே, அது எப்படி? என்ன, ஏது என்று விசாரிக்காமலேயே, நான் கண்ட கனவையும் என் வார்த்தைகளையும் மட்டுமே நம்பி, உடனே தூக்கிக் கொடுத்துவிட்டாரே, எப்படி? இவ்வளவு தாராள மனதுடையவராக அவர் இருக்கிறார் என்றால், இந்த வைரக்கல்லுக்கும் மேலான மதிப்புள்ள ஒரு பொருள் அவரிடம் இருக்க வேண்டும். அது என்னவாக இருக்கும்?’

அடுத்த நாள் காலை துறவியிடம் சென்றார். “நான் கேட்டவுடன், உலகிலேயே மிக உயர்ந்த, வைரக்கல்லை சாதாரணமாக எடுத்துக் கொடுத்துவிட்டீர்கள். அப்படியென்றால், இதைவிட விலை மதிப்புள்ள ஒன்று உங்களிடம் இருக்க வேண்டும்; அது என்ன என்று நான் தெரிந்துகொள்ளலாமா?” என்று ஆவலுடன் கேட்டார்.

அவரைப் பார்த்து பொருள் பொதிந்து சிரித்தார் துறவி. “சிறிது

நேரம் என்னோடு இருங்கள். நான் தருகிறேன்" என்றார். பிறகு ஒவ்வொருவருக்கும் உள்ளேயே இருக்கிற, மனநிலையை முற்றிலும் சீரமைக்கக்கூடிய சில பயிற்சிகளைக் கற்றுக்கொடுத்தார்.

அந்தப் பயிற்சிதான்... யோகா, தியானம்!

இன்றைக்கு நம்மில் பெரும்பாலோர் அந்தக் கிராமவாசியின் நிலையில்தான் இருக்கிறோம். இந்த உலகியல் வாழ்க்கையில் பணம், புகழ், செல்வாக்கு என்ற இலக்குகளை நோக்கியே நாம் தறிகெட்டு ஓடிக்கொண்டு இருக்கிறோம். அந்த ஓட்டத்தின் பலன்தான் என்ன? எவ்வளவோ பணம் கையில் இருக்கிறது; ஆனால் மனதில் நிம்மதி இல்லை. பணமும் பொருளும் நம்மை ஒரு நிறைவான நிலையை எய்தச் செய்யும் என்றுதான் நாம் எண்ணுகிறோம். ஆனால், நமக்கு ஏமாற்றம்தான் மிஞ்சுகிறது. எத்தனையோ வசதிகள், அனுபவிக்க எத்தனையோ சுகங்கள்...

எல்லாம் இருந்தும் ஏதோ குறைகிறது. எங்கோ கோளாறு உறுத்துகிறது. நிறைவைப் பரிபூரணமாக உணர முடியாதபடி மனசுக்குள் குறுகுறுப்பு. இந்த குறுகுறுப்புக்குப் பெயர் என்ன? சந்தேகம்? இழப்பு உணர்வு? மன அழுத்தம்?

உடலும் உள்ளமும் முழுமையான உற்சாகத்தை உணர முடியாதபடி தடுக்கும் இந்த மனநிலையை மாற்றுவது எப்படி? பரந்த வானில், சுத்தமான காற்றில் சிறகாய்ப் பறக்கும் இலகுவான நிலையை அடைவது எப்படி?

இந்தக் கேள்விகளுக்கு விடையாய், பசி மிகுந்த மனதுக்குப் பக்குவமான உணவாய், நமக்குக் கை கொடுப்பவைதான் யோகாவும் தியானமும்!

பொதுவாகவே, எல்லா யோகா மற்றும் தியானப் பயிற்சிகளும், ஐம்புலன்களைக் கடந்த அனுபவத்தை நமக்குத் தரும்படிதான்

வடிவமைக்கப்பட்டிருக்கின்றன. இந்தப் பயிற்சிகள், கட்டுப்பாடற்ற நம் ஐம்புலன்களை ஒரு நிலைக்குக் கொண்டுவரக்கூடியவை. இந்த ஐம்புலன்களைக் கடந்து அந்த பயிற்சிகள் மூலம் எவற்றையெல்லாம் நம்மால் அனுபவிக்க முடிகிறதோ, அவையெல்லாம் நாம் வாழும் உலகியல் வாழ்க்கையோடு உடன்படாதவை என்று எண்ணிவிடாதீர்கள். அது முழுமைபெறும் ஒரு புது அனுபவமாக, ஒரு புதிய பரிமாணமாக, வேறொரு தளத்தை ஆதாரமாகக்கொண்டு இருக்கும். அந்த ஆதாரத்தைக் கடவுள்தன்மை என்று வேண்டுமானாலும் சொல்லிக்கொள்ளலாம். வெறும் சக்தி அல்லது ஆற்றல் என்றும் சொல்லலாம். அல்லது 'நான்' என்றும் சொல்லலாம். பார்ப்பது, கேட்பது, நுகர்வது, சுவைப்பது, தொடுவது என எல்லா உணர்வுகளும் ஐம்புலன்களில் அடங்கி இருந்தாலும், இவற்றையும் தாண்டி நம்மை உள்முகப் பயணமாக எடுத்துச் செல்கின்றன யோகாவும் தியானமும்.

இவை மூலம் ஒவ்வொரு மனிதனும் தனது ஆற்றலை முழுமைப்படுத்தி, வாழ்வை... அதன் வெற்றி தோல்விகளை நிர்ணயித்துக்கொள்ள முடியும். இதற்கும் மேலே சொல்வதென்றால், பிறப்பும் இறப்பும்கூட நம் கட்டுப்பாட்டுக்குள் வந்துவிடுகின்றன. இது எப்படிச் சாத்தியம்? ஆம், அத்தகைய சக்தி நமக்கு உண்டு. நம் உடற்கூறு அந்த வகையில்தான் அமைந்திருக்கிறது. அந்தச் சக்தியை, ஆற்றலை நாம் புரிந்துகொள்ளத்தான் இந்தப் பயிற்சிகள் நமக்கு உதவுகின்றன. நமக்கே தெரியாத, நமக்குள் புதைந்திருக்கும் அபரிமிதமான சக்தியை நாமே உணரும்படி செய்யும் அற்புதப் பயிற்சிகள் இவை. அப்படி உணர முடியுமா? முடியும், நம்மால் முடியும்!

அப்படி நாம் முயற்சிப்பதற்கு முன், அந்த ஆற்றலைப் பற்றித் தெரிந்துகொள்வோம். அடிப்படையான உயிராற்றல் அல்லது உயிர் சக்தியை குண்டலினி என்று அழைக்கிறார்கள். இது ஒவ்வொரு மனிதரிடமும் இருக்கிறது. யோகா, தியானம் ஆகியவற்றின் மூலமாக உள்முகப் பயணம் மேற்கொள்பவர்கள், குண்டலினி சக்தியின் மகத்துவத்தைப் புரிந்துகொள்வார்கள். அப்படிப் புரிந்துகொள்பவர்களுக்கு பேரானந்தம் வந்து சேரும்.

இந்த குண்டலினி என்ன செய்கிறது? ஒரு பாம்பு ஆடாமல் அசையாமல் படுத்துக்கிடந்தால் அது இருப்பதே நமக்குத் தெரியாது. ஆனால், அதே பாம்பு சரசரவென்று வளைந்து நெளிந்து ஓடும்போதுதான் பாம்பு அங்கு இருப்பதே நமக்கு புலப்படுகிறது. மனித உடம்பில், முதுகுத்தண்டுக்கு கீழே உறங்கும் குண்டலினி சக்தியும் இந்தப் பாம்பு போன்றதுதான். யோகம், தியானம் மூலம் அது தூண்டிவிடப்பட்டால், குண்டலினி சக்தி மேலே கிளம்பும். முதுகுத்தண்டுக்கு அடிப்பகுதியில் இருக்கும் மூலாதாரச் சக்கரம் முதற்கொண்டு, தலையில் உள்ள சஹஸ்ரஹாரம் சக்கரம் வரை

மொத்தம் உள்ள ஏழு சக்கரங்களையும் அவற்றின் முழு ஆற்றல் வெளிப்படும் வகையில் செயல்படவைக்கிறது, குண்டலினி. மனிதனின் செயல்கள், சாதனைகள், சாதகங்கள் அனைத்துக்குமே காரணமாக அமைபவைதான் இந்த ஏழு சக்கரங்கள்.

மூலாதாரச் சக்கரம் தூண்டப்பட்ட நிலையில் உள்ள மனிதனுக்கு உணவு, உறக்கம் போன்றவற்றில் அதிக நாட்டம் இருக்கும். அனுபவம் மற்றும் தகவல் சேகரிப்பின் ஊற்றுக்கண்ணாக இருக்கும் இந்தச் சக்கரம்தான், மனித வளர்ச்சிக்கு அடிப்படைத் தூண்டு சக்தி. பஞ்சபூதங்களில் நிலத்துக்கு நிகராகச் சொல்லப்படும் சக்கரம் இது.

பிறப்புறுப்புக்குச் சற்று மேலாக இருப்பது சுவாதிஷ்டானம். நீர் தத்துவத்துக்கு உதாரணம் இந்தச் சக்கரம். உலக வாழ்க்கையின் இன்பங்களுக்கு உரியதாக இச்சக்கரம் இருக்கிறது.

நமது தொப்புளுக்கு அருகில் இருக்கும் மணிப்பூரகம் நெருப்புத் தத்துவத்தை பிரதிபலிக்கும் சக்கரம். இந்தச் சக்கரம் தூண்டப்பட்ட நிலையில் இருக்குமானால், அப்படிப்பட்டவர்கள், கடும் உழைப்பாளிகளாக வாழ்வில் சிறந்து விளங்குவார்கள்.

இருதயத்தின் மத்தியில் இருக்கும் அநாகதச் சக்கரம், காற்றுத் தத்துவத்தின் குறியீடு. படைப்பாற்றல், அன்பு ஆகியவற்றின் ஆத்ம சக்கரம் இது

தொண்டைக் குழியில் இருக்கும் விசுக்தி, ஆகாயத் தத்துவத்தைச் சார்ந்தது; தீமைகளை தடுத்து நிறுத்தும் வல்லமை பெற்றது.

புருவ மத்தியில் உள்ள ஆக்ஞை ஞானம், பேரறிவு ஆகியவை வெளிப்படக் காரணமாக அமைவது.

இறுதியாக, உச்சந்தலையில் உள்ளதுதான் சஹஸ்ரஹாரம். தன்னிலை கடந்து ஆன்ம விடுதலையைக் கொடுத்து பரவசத்தைக் கொண்டுசேர்க்கும் சக்கரம் இதுதான். சிவபெருமான் தலையில் பாம்பை வைத்துக்கொண்டு ஆடுகிறார் அல்லவா? குண்டலினி சக்தி, தலையில் உள்ள சஹஸ்ரஹார சக்கரத்தைத் தூண்டிவிட்ட நிலையைத்தான் இது குறிக்கிறது.

இப்போது உங்கள் கவலையெல்லாம், சராசரி மனிதன் ஒருவன் இந்த ஏழு சக்கரங்களையும் தூண்டிவிடும் ஆற்றலைப் பெற முடியுமா என்பதுதானே? கட்டாயம் முடியும். எப்படி?

ஆற்றலை அறிவோம்!

நதி ஒரே திசையில்தான் பயணிக்கும். ஆனால் அதில் செல்லும் படகு இரு திசைகளிலும் செல்லும். நதியில் வாழும் மீன், நான்கு திசைகளிலும் துள்ளிக் குதிக்கும். அதைப் பிடிக்கும் பறவை ஐந்து திசைகளில் சிறகை விரிக்கும். ஆனால் இவற்றையெல்லாம் கரையில் அமர்ந்து பார்க்கும் மனிதனின் மனம் மட்டும் அனைத்துத் திசைகளிலும் சிதறிப் பாயும். ஆர்ப்பரிக்கும் இந்த மனதைக் கட்டுப்படுத்தி உள்ளுக்குள் உறங்கிக்கிடக்கும் குண்டலினியைத் தூண்டிவிடத் தேவைப்படுவதுதான் யோகமும் தியானமும்.

2

நிரம்பி வழியும் நீர்த்தேக்கத்தில் தண்ணீரின் அளவைக் குறைக்க, ஒவ்வொரு மதகாகத் திறந்துவிடுவார்கள். ஒரு மதகைத் திறந்தவுடன், முழு வீச்சுடன் வெளிப்படும் தண்ணீரின் வேகத்தை கற்பனை செய்துபாருங்கள். இந்த குண்டலினியும் அப்படித்தான். மனிதன், உள்முகத் தேடலில் பயணப்படும்போது, இந்தச் சக்தி தூண்டி விடப்படுகிறது. பெருக்கெடுத்தோடும் சக்தியானது, சக்கரம், சக்கரமாகத் தூண்டிவிடுகிறது. இதனால், மனிதனின் அசாத்திய ஆற்றல் வெளிப்படுகிறது. இப்போது ஒரு கேள்வி எழும். சாதாரண உலகியல் வாழ்க்கையில் தத்தளிக்கும் ஒரு மனிதன், யோகமும் தியானமும் செய்துதான் இந்தச் சக்கரங்களைத் தூண்டிவிட முடியுமா? நிறைவடைய முடியுமா?

பெரும்பாலானவர்கள் மூலாதாரம், சுவாதிஷ்டானம், மணிப்பூரகம்

ஆகிய சக்கரங்கள் வரை மட்டுமே தூண்டப்பட்டு, அந்தப் பயிற்சிச் சுழல் முடிவடையாமலேயே மறைந்துவிடுகிறார்கள். அநாகதம் வரை வருபவர்கள் அபூர்வம்.

ஏன் இப்படி முழுமையடையாத அரைகுறை நிலை? இங்கேதான் நமக்கு குருவின் கருணையும் தீட்சையும் தேவைப்படுகிறது. அவரது வழிகாட்டுதல் இல்லாவிட்டால், சில சக்கரங்களைத் தொடுகிற குண்டலினி ஆற்றல் பழைய நிலைக்கே சென்று ஓய்வெடுக்கத் துவங்கிவிடும். குறிப்பாக, சஹஸ்ரஹாரம் வரை நோக்கி நகர, குருவின் அருள் நிச்சயம் தேவை. ஆனால் ஒரு குருவானவர், தனது வாழ்நாளில் எத்தனை பேருக்கு இந்த வகையில் வழிகாட்டும் ஒளிவிளக்காக இருக்க முடியும்? தனி ஒரு குருவால் எண்ணற்ற மக்களுக்கு இப்படிப்பட்ட பயிற்சிகளை அளிக்க விருப்பம்தான் என்றாலும் மனித முயற்சிக்கும் சில எல்லைகள் உண்டல்லவா? அதனால்தான், அத்தகைய குருவாக, தியான லிங்கத்தை உருவாக்கியிருக்கிறார் சத்குரு ஜக்கி வாசுதேவ்.

தியான லிங்கம் என்பது என்ன?

யோக அறிவியலின் சாரமாக நின்று, நம்மைப் பிரமிக்கவைப்பதுதான் தியான லிங்கம். நாம் முன்னரே சொன்ன ஏழு சக்கரங்களும் முழு வீச்சில் தூண்டப்பட்ட நிலையில் இருப்பதுதான் தியான லிங்கம். தியான லிங்கத்தை உணரும் ஆர்வமுள்ள ஒருவன், திறந்த மனதுடன் வந்தால், அவனை தன்னை உணரும் நிலைக்கே கொண்டு செல்கிறது தியான லிங்கம். இது வெளிப்படுத்தும் அதிர்வுகள், ஒரு குருவானவர் அருகிலிருந்து வழிநடத்தும் செயலுக்கு ஒப்பானது. யோகிகளும் ஞானிகளும், யுகம் யுகமாய் கண்டு வந்த கனவு, இன்று வெள்ளியங்கிரியில் நனவாகி இருக்கிறது. தியான லிங்கம் எந்த மதத்துக்கும் சொந்தம் இல்லை. அதை உணர, கடவுள் நம்பிக்கைகூட அவசியம் இல்லை. மனித வாழ்க்கையைப் பொறுத்தவரை நமது வாழ்க்கைத் தேவைகளுக்குப் பயன்படுவது விஞ்ஞானம். ஆனால், உடல், மனம் ஆகியவை விழிப்புநிலையை எட்டி பேராற்றலை வெளிப்படுத்த உதவுவது மெய்ஞானம். ஆம்... இந்தத் தியான லிங்கம், மெய்ஞானத்தின் விஞ்ஞானம்!

தியான லிங்கம் எந்த மதத்துக்கும் சொந்தம் இல்லை. அப்படி என்றால், இந்து மதக் கடவுள் என்று குறிப்பிடப்படும் சிவனின் குறியீடான லிங்க வடிவில் இருப்பது ஏன் என்ற சந்தேகம் பலருக்கு எழுகிறது.

பொதுவாகவே, கடவுளுடன் மக்கள் தங்களைத் தொடர்புபடுத்திக் கொள்வதற்காகவே விக்கிரக வழிபாடுகள் உருவாக்கப்பட்டன. சடங்குகள் மற்றும் சில பாரம்பரிய நடைமுறைகளால் நமது

ஆலயங்களுக்கு பின்னே மறைந்திருக்கும் அறிவியல் மறக்கடிக்கப்பட்டது என்பதுதான் உண்மை. ‘சிவம்’ என்றாலே ‘இல்லாத ஒன்று’ என்றுதான் பொருள். லிங்க வடிவம் என்பது கிறிஸ்து பிறப்பதற்கு இரண்டாயிரம் ஆண்டுகளுக்கு முன்னரே மனிதகுலத்துக்கு அறிமுகமானது. இன்னமும் சொல்லப்போனால், மகாராஷ்ட்ரா மாநிலத்தில் உள்ள எல்லோரா குகையில் சிவனே லிங்கத்தை வழிபடுவது போன்ற சித்திரம் தீட்டப்பட்டுள்ளது. நமது புராணங்களின்படி ராவணன் லிங்கத்தை வழிபட்டான்; ஆனால் சிவனுடன் போரிட்டான் என்று சொல்லப்பட்டிருக்கிறது. லிங்கத் தத்துவத்தின் அடிப்படையை அறிந்துகொள்ள முடியாத வகையில், நமது புராணங்கள் மற்றும் செவிவழிக் கதைகள், நம்மைத் திசை

திருப்பிவிட்டன. சமயநெறிக்கு அப்பாற்பட்டு ஒரு பொதுத்தன்மை வாய்ந்ததுதான் லிங்கம். எரியும் நெருப்பின் ஜ்வாலை லிங்க வடிவத்தைத்தானே சொல்கிறது! எனவே அறியாமை எனும் இருளை அகற்றும் வடிவமாகவே லிங்கத்தைக் கண்டனர் நமது ஞானிகள். லிங்கம் என்றால் சுயம். பிரகாசமாக ஒளி வீசுவது என்றும் ஒரு பொருள் உண்டு.

உருவம், அருவம் இரண்டுமே இணைந்த அருவுருவமாக இருக்கிறது லிங்கம். ‘வடிவம்’ என்ற சொல்லுக்கு மற்றொரு பொருள் ‘லிங்கம்’ என்பதுதான். உருவ வழிபாட்டில் தொடங்கும் உள்முகப் பயணம், உச்சியைத் தொடும்போது, இறைத்தன்மையை, உருவமற்ற அருவ நிலையில் காண்பதில்தான் முடியும். அளப்பறிய ஆற்றலைப் பன்னெடுங்காலம் தன்னுள் இருத்திக் காத்துவரும் ஆற்றல்கொண்டதுதான் லிங்கம். இந்தக் கருத்து நவீன விஞ்ஞான

யுகத்திலும் பொருந்தி வருவதைக் காணமுடிகிறது. ஆமாம், அணுசக்தி மின் நிலைய ரியாக்டர்கள் லிங்க வடிவில்தான் இருக்கின்றன.

லிங்கத்தில் பல வகைகள் உண்டு. ஸ்தாவர லிங்கம், ஜங்கமலிங்கம், ஒரு குறிப்பிட்ட காரணத்துக்காக நிறுவி தண்ணீரில் கரைத்துவிடும் க்ஷணிகலிங்கம். சில ஆப்பிரிக்க நாடுகளில் மாந்திரீக நோக்கத்தோடு பயன்படுத்துகின்ற டெரகோட்டா லிங்கங்கள் காணப்படுகின்றன. கிரீஸ் நாட்டில் பூமிக்குக் கீழே ஒரு லிங்கம் வைத்திருக்கிறார்கள். அதை பூமியின் தொப்புள் என்று சொல்கிறார்கள். மணிப்பூரகச் சக்கரம் தொப்புளுக்கு அருகில் இருப்பதை கருத்தில்கொண்டு பார்த்தோமெனில், அந்த லிங்கத்தின் அதிர்வுகள் மணிப்பூரகத்தைத் தூண்டிவிடும் என்றும் சொல்ல முடியும். யோக அறிவியலில் முதல் வடிவமும் இறுதி வடிவமும், லிங்கம் என்றுதான் சொல்லப்பட்டிருக்கிறது. ஒருவர் நல்ல தியான நிலையில் இருப்பாரென்றால் அவரது சக்தி ஆற்றலின் வடிவம், லிங்க வடிவத்தை ஒட்டியே இருக்கும்.

அமெரிக்காவில் நடந்த சம்பவம் இது. சத்குரு அவர்கள் தியான வகுப்பு எடுத்துக்கொண்டு இருந்தார். ஒரு மாணவி அவரைப் பார்த்து படம் வரைந்திருக்கிறார். வரைந்து முடித்துவிட்டு கூர்ந்து பார்த்திருக்கிறார் அந்த மாணவி. அவர் வரைந்த ஓவியம் அவருக்கே புதுமையாகத் தோன்றியிருக்கிறது. அது என்ன என்று அவருக்குப் புலப்படவில்லை. ஓவியத்தைப் பார்க்கும்போது ஒரு நுழைவாயில் போல அவருக்குத் தெரிந்தது. ஒன்றும் புரியாத அவர், சத்குருவிடம் படத்தைக் காட்டியிருக்கிறார். சத்குருவின் சக்திநிலையின் அடிப்படையை அவரது உள்ளுணர்வு உணர்ந்து, அந்த மாணவி துல்லியமாக வரைந்தது லிங்க வடிவத்தைத்தான்! இத்தனைக்கும் அந்த மாணவிக்கு தியான லிங்கத்தைப் பற்றி ஒன்றும் தெரியாது!

தியானலிங்க அதிர்வுகளைத் துணையாகக்கொண்டு, இருமை நிலை கடந்து உள்முகப் பயணத்தில் ஈடுபடும்போது, ஒருவர் தன் மூல வடிவமே லிங்க வடிவம் என்று உணரும் வாய்ப்புகள் அதிகம். திறந்த மனதோடு வரும் எவரும் அந்த அனுபவத்தை எட்டிவிட முடியும். அப்படிப்பட்ட மனத்தோடு நாம் வெள்ளியங்கிரிக்குப் போகலாமா?

வெள்ளியங்கிரி மலை!

3

கோவையிலிருந்து 30 கி.மீ. தொலைவில் இருக்கும் தலம். ஏழு மலைகளைக்கொண்ட இந்த வெள்ளியங்கிரி மலைத்தொடர், நீலகிரி மலைச்சாரலின் தொடர்ச்சி. சித்தர்களும் ஞானிகளும் உலவிய புண்ணிய பூமி. இதற்கு தென் கயிலாயம் என்ற திருப்பெயரும் உண்டு. இந்த மலைச்சாரலின் அடிவாரத்தில் இருக்கிறது ஈஷா யோக மையம். ஈஷா என்றால் உருவமற்ற இறைத்தன்மை. உருவமில்லாத ஆற்றலை, அறிவியல் மேதை ஐன்ஸ்டீன் 'ஈ' என்றார். அந்த அடிப்படையிலான யோக வாழ்க்கையை அனுபவரீதியாகவே உணர்த்த, இதை நிறுவினார் சத்குரு ஜகி வாசுதேவ்.

ஈஷா யோக மையத்தில் நுழைந்தவுடன் கிழக்கு முகமாய் அமைந்திருப்பதுதான் தியானலிங்க வளாகம். நேரடியாக வளாகத்துக்குள் நுழைவோம். வருடம் முழுவதும் சூரியனின் உதயம், நேரடியாக வாசலில் விழும் வண்ணம் வளாகம் அமைந்திருக்கிறது. நுழைந்தவுடன் நம் கண்ணில் படுவது 17 அடி உயரமுள்ள சர்வதர்ம ஸ்தம்பம். தியான லிங்கம் எந்த மதத்துக்கும் சொந்தம் இல்லை; அதன் அதிர்வுகளை உணர்வதற்கு கடவுள் நம்பிக்கைகூட அவசியம் இல்லை என்ற அடிப்படைக் கருத்தை உணர்த்தும்விதத்தில் அமைந்திருக்கிறது. பல்வேறு மதங்களின் சின்னங்கள் இதில் மூன்று பக்கமும் செதுக்கப்பட்டுள்ளன. மற்றொரு புறத்தில் மனித உடலிலுள்ள ஏழு சக்கரங்களும்

பொறிக்கப்பட்டிருக்கின்றன. தியானலிங்கம் அறியாமை இருளைப் போக்கி, ஆன்ம விடுதலைக்கான திறவுகோல் என்பதைத் தெரிவிக்கும்விதமாக உச்சியில் சூரியன் புன்னகைக்கிறார்.

இந்த ஸ்தம்பத்தைத் தரிசித்துவிட்டு உள்ளே நுழைய, கல் மொட்டுக்களாக மூன்று படிக்கட்டுகள். இவை, மனிதனின் கோபம், சாந்தம், அடக்க குணநலன்களைப் பிரதிபலிக்கின்றன. பாதங்கள் மூலமாக நரம்புகளைத் தூண்டி உங்களை தியானத்துக்குத் தயார்படுத்துகின்றன. அதைக் கடந்து உள்ளே சென்றால், இடது புறத்தில் யோகக் கலையின் தந்தையாகக் கருதப்படும் பதஞ்சலி முனிவரின் 11 அடி உயரச் சிலை. பாதி பாம்பு உருவம், பாதி மனித உருவம். உயிர்சக்தியான குண்டலினி சக்தியின் குறியீடுதான் இந்த உருவம். தியானலிங்கத்தின் அதிர்வுகளில் ஆண்தன்மை அதிகம் இருக்கும் என்பதால், அதைச் சமப்படுத்தும் விதமாக பதஞ்சலி முனிவர் சிலை எதிரில், பெண்தன்மையை வெளிக்காட்டும் விதத்தில் வனஸ்ரீ திருவுருவம், ஒரு மரம் போன்ற வடிவில் அமைக்கப்பட்டுள்ளது. அந்த மரவடிவில் தங்கத்தாலான ஓர் இலையும் உண்டு. பதஞ்சலி முனிவர், வனஸ்ரீ மற்றும் தியான லிங்கம் மூன்றுமே முக்கோணமாய் அமைந்திருக்கிறார்கள்.

இவர்களைக் கடந்து சென்றால், இருபுறமும் அழகான கற்சிலைகள். சித்தர்கள், இறையடியார்கள் பெருமைகளை விளக்கும் வண்ணம் அமைக்கப்பட்டிருக்கின்றன. அரசன் ஒருவனுக்கு மனைவியாக இருந்த அக்கம்மா என்பவரின் சிலையும் அதில் ஒன்று. கடும் சோதனைகள் வந்தபோதும், கட்டிய கணவன் கடுஞ்சொல்லால் ஏசியபோதும் இறுதி வரை சிவபக்தியைக் கைவிடாத புனிதப் பெண்மணி அக்கம்மா. அடுத்து, காளத்திநாதருக்கு தனது கண்ணைக் கொடுத்த கண்ணப்ப நாயனாரின் சிற்பம். அடுத்து, தன்னைக் கொல்ல வந்தவன் சிவனடியார் வேடத்தில் வந்ததால், தனக்கு இடர் நேர்ந்தும், அந்தப் போலி சிவனடியாரை பாதுகாப்பாக ஊர் எல்லை வரை கொண்டுவிட்ட மெய்ப்பொருள் நாயனார். வலது புறத்தில் உள்ள தாழ்வாரத்தில் இருக்கிறார் சதாசிவ பிரம்மேந்திரர். தன் கைகள் வெட்டப்பட்ட நிலையிலும், உடல் உணர்வே இல்லாமல் நடைபோட்ட காட்சியை அங்கே காணலாம். அவரை அடுத்து, உள்ளத்தைக் கோயிலாக்கி, பரமனை அதில் பிரதிஷ்டை செய்து, குடமுழுக்கு நடத்திய பூசலார் நாயனார். இவரையடுத்து சத்குரு. இரண்டு பிறவிகளுக்கு முன்பு சிவயோகியாய் இருந்தபோது, அவரது குருநாதர் பழனிசுவாமிகள், ஆக்ஞை சக்கரத்தை திறந்து, தியானலிங்கத்துக்கு விதை போட்ட சம்பவத்தை விளக்கும் கல்சித்திரம் மிக அழகாக உருவாக்கப்பட்டுள்ளது.

இப்படிப்பட்ட ஞானிகளையெல்லாம் தரிசித்து தியானலிங்கத்தின் உள்வாயிலை நெருங்குகிறோம். தியானலிங்கத்தை விழுந்து

வணங்கும் ஒரு யோகியின் சிலை தரையில் செதுக்கப்பட்டிருக்கிறது. இதன்பின் குகை போன்ற அமைப்பு. குகையின் வாயிலாய் குண்டலினியின் குறியீடாக ஏழு தலைப் பாம்பு ஒரே கல்லில் செதுக்கப்பட்டிருக்கிறது. குகையைக் கடந்ததும் வருவதுதான் தியான லிங்கக் கருவறை. 76 அடி விட்டமும் 33 அடி உயரமும் உள்ள குவிந்த கூரை அமைப்பு. பதின்மூன்றே முக்கால் அடி உயரம். ஏழு சக்கரங்களை உணர்த்தும் வகையில் லிங்கத்தில் ஏழு செம்பு வளையங்கள். பாதரசம் நிரம்பிய செப்புக் குழாய் நடுவில் இருக்கிறது. ஆவுடையார் என்று சொல்லப்படும் அடிப்பகுதி, ஏழு

சுற்றுப் பாம்பு வடிவில் உருவாக்கப்பட்டிருக்கிறது. ஏழு சக்கரங்களின் ஆற்றலையும் தன்னுள் அடக்கிக்கொண்டு, அதன் அதிர்வுகளைத் தூண்டிவிடும் தியானலிங்கத்தைச் சுற்றி 28 தவக்குகைகள் அமைக்கப்பட்டிருக்கின்றன. தியானலிங்கத்தின் அதிர்வுகளை அனுபவிக்க, ஆனந்தம் பெற, கண்களை மூடி தியானத்தில் அமர்கிறார்கள் மக்கள்.

முதலில் எங்கிருந்தோ வரும் மெல்லிய ரீங்கார ஓசை, எதிரொலிகளைக் கடந்து நம் காது வழியாக இதயத்தில் இறங்குகிறது. தொடர்ந்து பலவித இசைக்கருவிகளின் ரம்மியமான வருடல். இந்த இரண்டுக்கும் இணைப்புப் பாலம் போல வார்த்தைகளற்ற குரலிசை. இந்த ஜுகல்பந்தியின் சங்கமம், அடுத்த இருபது நிமிடங்களுக்கு வேறு ஒரு தளத்துக்கு நம்மை அழைத்துச்

செல்கின்றது. இதுவே நாத ஆராதனை!

இந்தப் பிரபஞ்சம் முழுவதுமே பலவிதமான சக்தி நிலைகளின் அதிர்வுகள்தான் என்பதை அறிவியல் நமக்கு உணர்த்தியிருக்கிறது. இப்படிப்பட்ட அதிர்வுகளின்போது எழுகின்றன, பல்வேறு ஓசைகள். நாத ஆராதனை நேரங்களில் தியான லிங்க வளாகத்துக்குள் இருக்கும்போது, லிங்கத்தின் தன்மை, அதிலிருந்து வெளியாகும் அதிர்வுகள் ஆகியவற்றை நம்மால் நன்கு உணர முடியும். இதற்கு முக்கியத் தேவை, ஏற்கனவே சொன்னபடி திறந்த மனதுடன் நாம் தியானலிங்கத்தை அணுக வேண்டும் என்பதுதான்.

தியானலிங்கத்தின் அடிப்பகுதியில் கெட்டிப்படுத்தப்பட்ட பாதரசம் வைக்கப்பட்டிருக்கிறது. பாதரசம் இல்லாத லிங்கம், ஆண்மையில்லாத ஆணுக்குச் சமம் என்று யோக அறிவியல் சொல்கிறது. உள்முகத்தேடலில் ஊன்றிச் செயல்படுவோருக்கு அமாவாசையும் பவுர்ணமியும் மிக முக்கியமான நாட்கள். அந்த நாட்களில் மனிதனின் சக்திநிலை சற்று மேம்பட்டதாகவே இருக்கும். குறிப்பாக அமாவாசை அன்று ஆண்கள் நள்ளிரவு வரையிலும், பவுர்ணமி அன்று பெண்கள் நள்ளிரவு வரையிலும் தியானம் செய்ய அனுமதிக்கப்படுகிறார்கள். தியானலிங்கக் கருவறையைவிட்டு வெளியே வரும்போது, நமது உடலும், மனமும் திருப்தியடையும் நிலையை நாம் உணர முடியும். ஒரு இடத்தில் ஐந்து நிமிடங்கள்கூட தொடர்ந்து அமரும் பொறுமையில்லாதவர்கள்கூட, தியான லிங்கக் கருவறையில் இருபது நிமிடங்கள் மெய் மறந்து அமர்ந்திருப்பது புது அனுபவம். தியான அனுபவம் இல்லாதவர்களைக்கூட, தியானலிங்கத்தின் சக்திமிக்க அதிர்வுகள், ஆழ்ந்த தியான நிலைக்கு அழைத்துச் செல்கின்றன.

"ஆன்ம நிலை என்ற உள்நிலைப் பயணம் ஒரு பக்கம் இருக்கட்டும். அன்றாட வாழ்வின் அவலங்கள் தீர தியான லிங்கம் எந்த வகையில் உதவும்?" என்பது மக்களிடையே நியாயமாக எழும் கேள்வி. அப்படிக் கேட்பவர்களுக்கும் பதிலளிக்கும் விதமாக அமைந்திருக்கின்றன தியான லிங்கத்தின் அதிர்வுகள். மனிதனின் தேவைகளுக்கும் தேடல்களுக்கும் துணை செய்யும் அதிர்வுகள் அவை!

பிராணப் பிரதிஷ்டை!

4

ஒருமுறை சத்குரு அவர்களிடம் தியான அன்பர் ஒருவர், "மனிதர்கள் பொருளாதார வளம், வாழ்வியல் நன்மைகள் ஆகியவற்றில் பூரணத்துவம் அடைந்த பிறகுதானே ஆன்மிகத்தைத் தேடி பயணம் செய்ய முடியும்? எனவே அந்தத் தேவைகளை நிறைவேற்ற தியான லிங்கம் எந்த வகையில் உதவுகிறது?" என்று கேட்டார்.

தியானலிங்கம் ஆன்மிக நல்வாழ்வுக்காகப் பிரதிஷ்டை செய்யப்பட்டிருந்தாலும், வாழ்வின் பல்வேறு நன்மைகளுக்கான பரிமாணங்களும் அதில் இருப்பதாகவும் அவர் மனதில் பதியவைத்தார் சத்குரு.

ஆம்! மனிதனை உய்விக்க வழிகாட்டும் ஏழு சக்கரங்கள் பூட்டப்பட்ட தியானலிங்கத்தை, வாரத்தில் ஏழு நாட்களும் நெருங்கித் தியானம் செய்தால், அதன் அதிர்வுகள் பல உலகியல் நன்மைகளையும் கொடுக்கும். அவை என்னவென்று பார்க்கலாமா?

திங்கட்கிழமை: பூமி தத்துவம்: மலட்டுத்தன்மை நீங்கவும், குழந்தைப் பேறு கிட்டவும், உடலில் தோஷங்கள் நீங்கவும், மனப் பயம், மரண பயம், பணப் பயம் போக்கவும் இந்நாளில் தியான லிங்கம் உதவுகிறது.

செவ்வாய்க்கிழமை: நீர் தத்துவம்: உருவாக்கம், உற்பத்தி, படைப்பாற்றல், உள்ளுணர்வு போன்றவற்றின் மேன்மைக்கு இந்த நாள் உகந்தது. மனத்தூய்மை, மன உறுதி, விரும்பும் விதத்தில்

வாழ்க்கையை அமைத்தல் போன்றவற்றிற்கும் செவ்வாய்க்கிழமை தியானலிங்கம் உதவுகிறது.

புதன்கிழமை: நெருப்புத் தத்துவம்: பொருளாதார மேம்பாட்டுக்கும், உடல்நலம் சிறக்கவும், இந்நாளில் தியானலிங்கம் துணை செய்கிறது. ஜீரணம் தொடர்பான கோளாறுகளிலிருந்து விடுபட இந்த நாள் உகந்தது. குறிப்பாக நான்கு வயதுக்குட்பட்ட குழந்தைகளுக்கு சிறந்த நாள் இது. தன்னம்பிக்கை வளரவும், உணர்வுகள் சமநிலை அடையவும், உடலும், மனதும் சமதளத்தில் இயங்கவும், புதன்கிழமைகளில் தியானலிங்கம் வழிகாட்டுகிறது.

வியாழக்கிழமை: காற்றுத் தத்துவம்: இறையுணர்வுத் தேடல் மிக்கவர்களுக்கு அன்பு நிலை, பக்தி நெறி போன்ற மேம்பட்ட வாழ்க்கை முறைகளுக்கு வியாழக்கிழமைகளில் தியானலிங்கம் துணைபுரிகிறது. கர்மவினைகளின் கட்டுகளிலிருந்து விடுபட மிகவும் உகந்த தினம்.

வெள்ளிக்கிழமை: ஆகாயத் தத்துவம்: இயற்கையோடு இணைந்த வாழ்வு, அகத்தூய்மை போன்ற உயர் பலன்களோடு சாபங்கள் மற்றும் தீய சக்திகளிடமிருந்தும் விடுபட இந்நாளில் தியானலிங்கம் துணை நிற்கிறது. நினைவாற்றல், தன்னம்பிக்கை, பொறுமை போன்ற நற்பண்புகள் மேம்படவும் வெள்ளிக்கிழமை உதவுகிறது.

சனிக்கிழமை: மகா தத்துவம்: ஐம்புலன்களைக் கடந்த பேரானந்தம் கிட்டுவதற்கு வழி செய்யும் அதிர்வலைகள், இந்நாளில் தியானலிங்கத்திலிருந்து வெளிப்படுகின்றன. ஞானம் பெறும் வேட்கை உள்ளவர்களுக்கும், யாதும் ஊரே, யாவரும் கேளிர் என்று உணரும் உள்ளம்கொண்டவர்களுக்கும் சிறந்த நாள் இது.

ஞாயிற்றுக்கிழமை: தான் என்னும் மாயையைக் கடப்பதற்கும், குருவின் அருளைப் பெறுவதற்கும், புலன்களுக்கு அப்பாற்பட்ட பேரானந்தத்தை உணர்வதற்கும் ஞாயிற்றுக்கிழமையில் தியானலிங்கம் வழிகாட்டுகிறது.

ஆன்மிகப் பேராற்றல் மற்றும் உலகியல் நன்மைகளை வழங்கும் தியானலிங்கம், கட்டிடக்கலையின் மாபெரும் அதிசயம். தியானலிங்கத்தின் மேற்கூரையை அமைக்க, இரும்பு, சிமெண்ட், கான்க்ரீட் போன்றவை பயன்படுத்தப்படவில்லை என்பது ஆச்சரியம் அளிக்கும் செய்தி. 2,50,000 செங்கற்கள், மண் மற்றும் சுண்ணாம்புக் கலவை, மூலிகைகள், கடுக்காய் போன்றவற்றால் கட்டப்பட்ட கூரை. பிடிப்பே இல்லாத வகையில் செங்கற்கள் அமைக்கப்பட்டிருக்கின்றனவோ என்ற சந்தேகம் எழுந்தாலும் கூரையின் விதானமானது 5000 ஆண்டுகள் நிலைத்திருக்கும் விதத்தில் அமைக்கப்பட்டிருக்கிறது என்றால் வியப்பு மேலிடுகிறது அல்லவா!

தியானலிங்கத்தின் அதிர்வுகள் எப்போதும், எல்லோருக்கும் கிடைக்கும்விதமாக, அது ஈரமாகவே வைக்கப்பட்டிருக்கிறது.

தியானலிங்க வளாகத்துக்குள் போவதற்கு முன்பு, 35 அடி ஆழத்தில் இருக்கும் தீர்த்தக் குளத்தில் குளித்துவிட்டுச் செல்வது உடலையும், உள்ளத்தையும் சிலிர்க்கவைக்கும் அனுபவம். கலைநயத்தோடு செதுக்கப்பட்டிருக்கும் குளத்தின் நடுவில் கெட்டிப்படுத்தப்பட்ட பாதரச லிங்கம், தண்ணீரில் மூழ்கியபடி இருக்கிறது. குளத்தில் இறங்கியவுடன், கங்கையில் இறங்கினால் ஏற்படுமே, அது போன்ற சில்லிப்பு நம் உடலை ஊடுருவுகிறது. அப்படியே தண்ணீரில் சென்று மூழ்கிய நிலையில் இருக்கும் பாதரச லிங்கத்தைத் தொடும்போது நமக்குள் மின்காந்த அலைகளாய் பரவச மின்னல்கள். இந்தத் தீர்த்தக் குள சுகானுபவம், தியானலிங்க அதிர்வுகளை எளிதாகப் பெற நமது உடலையும் மனதையும் தயார் செய்கிறது.

மற்ற ஆலயங்களில் மக்கள் வழிபடும் லிங்கங்களுக்கும் தியானலிங்கத்துக்கும் பெரிய அளவில் வித்தியாசம் உண்டு. அந்த ஆலயங்களில் விக்கிரகங்களைப் பிரதிஷ்டை செய்துவிட்டு அதற்குச் சக்தியூட்டுவதற்காக மந்திரங்கள் சொல்வார்கள். பன்னிரெண்டு ஆண்டு காலத்துக்கு ஒருமுறை சக்தியைப் புதுப்பிக்கும்விதமாக கும்பாபிஷேகம் போன்றவற்றை நடத்துவார்கள். மந்திரங்கள், பூஜைகள் தொடர்ந்து செய்து வந்தால்தான் விக்கிரகங்களின் சக்திநிலை நீடித்து நிலைக்கும். இதற்கு, மந்திரப் பிரதிஷ்டை என்று பெயர். ஆனால் தியானலிங்கம் பிராணப் பிரதிஷ்டை செய்யப்பட்டது.

அது என்ன பிராணப் பிரதிஷ்டை? யோக அறிவியலின்படி, ஒரு இடத்துக்கோ அல்லது ஒரு பொருளுக்கோ முழுச் சக்தி அல்லது ஆயுளைக் கொடுத்து, அந்தச் சக்தி நிலை பல நூற்றாண்டுகளுக்கு நீடிக்கும்படி செய்ய முடியும். அந்த வகையில் சக்தியூட்டப்பட்டு, மனிதனை பலவிதச் செயல்களுக்குத் தூண்டும் ஏழு சக்கரங்களும், தியானலிங்கத்தில் பூட்டப்பட்டுவிட்டால், தியானலிங்கத்துக்கு பூஜைகளோ சடங்குகளோ தேவையில்லை.

சாதாரண பாமரனுக்கு பிராணப் பிரதிஷ்டைத் தத்துவம் சற்று புரியாமல் போவது மட்டுமல்லாமல், கேள்விகளையும்

எழுப்புவதாகவும் இருக்கும். ஆனால் யோக மார்க்கத்தில் மூழ்கி முத்துக் குளித்தவர்களுக்கு, பிராணப் பிரதிஷ்டை எப்படிப்பட்ட சாதனை என்பது பளிச்சென விளங்கும். இது ஒருவரது சாதகத்தின் மூலம் நிகழ்த்தப்பட்டதல்ல. மூன்று பேர் முக்கோண சக்திநிலையை உருவாக்கி சாதகம் செய்து லிங்கத்துக்குச் சக்தியூட்டியிருக்கிறார்கள். கிட்டத்தட்ட மூன்று வருட காலம் இந்தப் பிரமிப்பூட்டும் பணி நடந்திருக்கிறது. முக்கோணச் சக்திநிலையில் ஈடுபட்ட மூவரும், உள்ளம் மற்றும் உணர்வால் ஒருவராக மாறிவிட்டார்கள். யோக அறிவியலில் சொல்லப்பட்ட ஆழ்ந்த சாதகம் இது. பிராணப் பிரதிஷ்டை என்று ஏன் பெயர் ஏற்பட்டதென்றால், இப்படிப்பட்ட யோக வேள்வியில் இறங்கும் ஞானிகள் இறுதியில் உயிரை இழக்கும் ஆபத்தும் உண்டு.

கடந்த 2000 ஆண்டுகளில் பலமுறை தியான லிங்கம் அமைக்கும் பணி பல ஞானிகளால் மேற்கொள்ளப்பட்டிருக்கிறது. ஆனால் ஆதரவான சூழல் இல்லாததாலும், பிராணப் பிரதிஷ்டையில் உண்டான சிறு தவறுகளாலும் தியான லிங்கம் கைகூடவில்லை. அந்த வகையில் சத்குரு அவர்கள் உருவாக்கியதுதான் முதல் தியான லிங்கம். தன் குருவின் கட்டளையை நிறைவேற்றியிருக்கிறார் சத்குரு. மூன்று பிறவிகள், முன்னூறு ஆண்டுகள் கழித்து இது சாத்தியமாகியிருக்கிறது.

என்ன புரியவில்லையா? பொறுங்கள்!

குருடரும் முடவரும்!

5

"ஓ மகத்துவமே! நீ நிகழ்ந்திருக்கிறாய். உன் மகத்துவமும் கருணையும் உறங்கும் கூட்டத்தை விழிப்பிலும் வெளிச்சத்திலும் உயிர்த்தெழச் செய்யட்டும்" என்றார் சத்குரு.

தியானலிங்கம் அமைக்கும் முயற்சிகள் முழுமையாக வெற்றி பெறாததற்குக் காரணம், தர்க்க அறிவும் உள்ளுணர்வும் இணைந்து செயல்படாததால்தான். அது என்ன தர்க்க அறிவு? இதை உலகியல் அறிவு என்றுகூடச் சொல்லலாம். பிராணப் பிரதிஷ்டை மூலம் தியானலிங்கம் நிறுவுவதன் முக்கியத்துவத்தையும் அதன் பின்னணியில் இருந்த அறிவியலையும், கடந்த காலங்களில் மக்கள் சரியாகப் புரிந்துகொள்ளவில்லை. இதனால் ஞானிகள் தியானலிங்கம் அமைக்க முயற்சி எடுக்கும்போதெல்லாம் எதிர்ப்புகளும் தடைகளும் தோன்றின. கூடவே தீய சக்திகளின் குறுக்கீடுகள் வேறு.

அவைகளைச் சமாளித்து நோக்கத்தை நிறைவேற்றத் தேவையான புத்தியையே தர்க்க அறிவு என்கிறார்கள். ஆனால், உள்ளுணர்வுடன் முயன்று பார்த்த ஞானிகள் அனைவருக்கும், மனம் முழுக்க தியானலிங்கம் உருவாக்குவதே லட்சியமாக இருந்தது. தர்க்க அறிவு மற்றும் உள்ளுணர்வை விளக்கும் வகையில் யோக மரபில் ஒரு குட்டிக்கதை உண்டு.

இரண்டு பேர் அடர்ந்த காட்டைக் கடந்து போய்க்கொண்டு இருந்தார்கள். ஒருவர் குருடர், மற்றொருவர் முடவர். வழியில்,

திடீரென்று காட்டுத் தீ பிடித்துக்கொண்டுவிட்டது. நெருப்புப் பிடிக்காத பகுதி எதுவென்று பார்க்கத் தெரியும் முடவருக்கு. ஆனால் நடந்து தப்பிக்க முடியாது. குருடரால் நடக்க முடியும். ஆனால், தப்பிக்கும் வழியைப் பார்க்க முடியாது.

இருந்தும் இருவரும் நெருப்பிலிருந்து தப்பிக்க தனித்தனியாகப் போராடினார்கள். நெருப்புக்குத்தான் பேதம் கிடையாதே! அதன் நெருக்கத்தில் விழும் எதையும் சுருக்கி சாம்பலாக்கி விடுமே! இருவரின் முயற்சியும் பலனளிக்கவில்லை. நெருப்போ சரசரவென்று காட்டைச் சுற்றி வளைத்துக்கொண்டு இருந்தது. இனியும் காலம் தாழ்த்தக் கூடாதென்று குருடரும் முடவரும் ஒரு ஒப்பந்தம் செய்துகொண்டார்கள்.

அதன்படி உடல்நிலையில் ஆரோக்கியமாக இருந்த குருடர், முடவரைத் தோளில் தூக்கிக்கொள்ள வேண்டும், முடவர் வழி சொல்ல வேண்டும். குருடரும் முடவரும் இப்படி இணைந்து செயல்பட்டதால்தான் பற்றி எரியும் காட்டிலிருந்து தப்பிக்க முடிந்தது. தப்பித்துச் செல்ல வேண்டும் என்றது உள்ளுணர்வு; இணைந்து செயல்பட்டால்தான் தப்பிக்க முடியும் என்று சொன்னது தர்க்க அறிவு. எனவே, காரியம் வெற்றி அடைந்தது. அந்த வகையில் சத்குருவின் முயற்சியும் முழு அளவில் வெற்றி பெறக் காரணம், உள்ளுணர்வு தந்த உற்சாகத்துடன், வெளிச்சூழலை சமாளிக்கும் தர்க்க அறிவுடன் செயல்பட்டதுதான்.

“தியானலிங்கத்தை அமைக்கும் பணியில் இப்போதைய பிறவியில் நான் ஈடுபட்டது என்பது எதிர்பாராமல் நிகழ்ந்தது அல்ல, அது கடந்த பிறவிகளின்போது எடுத்த முயற்சிகளின் தொடர்ச்சியே” என்று சத்குரு சொல்லியிருக்கிறார். எனவே, அவற்றைத் தெரிந்துகொள்ள கால இயந்திரத்தில் ஏறி சற்று பின்னோக்கிச் செல்வோம்.

இப்போது மத்தியப் பிரதேசம் என்று அழைக்கப்படும் பகுதியில் ராய்காட் என்றொரு இடம் இருந்தது. ஏறத்தாழ 370 ஆண்டுகளுக்கு முன்னர் அங்கே பில்வா என்றொருவர் வாழ்ந்தார். துடிப்பான இளைஞர். பார்ப்பதற்கு முரட்டுத்தனமான தோற்றம். ஆனால் மனமோ, பஞ்சு போல் மென்மையானது. நமது நாட்டில் பல்வேறு பழக்கவழக்கங்களைக்கொண்ட சமூக மரபினர் வாழ்ந்து வருகிறார்கள். ஒரு பிரிவினர் விடியற்காலை வீதியில் வருவார்கள். உள்ளுணர்வின் அடிப்படையில் அவர்களுக்குத் தோன்றுவதைச் சத்தமாகச் சொல்வார்கள். கூடவே அவர்கள் கையில் உள்ள இசைக் கருவியும் இயங்கும். அந்த விடியலில் அவர்களது குரலும் இசையும் வீட்டில் உள்ளோருக்கு ஆவலை மட்டுமல்ல, பயத்தையும் உண்டாக்கும். மனதில் தோன்றியவற்றை மட்டும்தான் சொல்வார்கள். எதுவும் தோன்றவில்லை என்றால் கடவுளை புகழ்ந்து பாடிவிட்டுப்

போய் விடுவார்கள். இவர்கள் சைவ மரபைச் சேர்ந்தவர்கள். இந்த மரபில் பாம்பு பிடிப்பவர்களும் உண்டு. அத்தகைய பிரிவில் பாம்புப்பிடரனாக பிறந்தவர்தான் பில்வா.

சமூகத்தின் சராசரி விதிகளுக்கு அடங்காமல் வாழ்ந்தவர் பில்வா. அதனாலேயே அவர் மக்களுக்கு எதிரானவராகக் கருதப்பட்டார். கொடிய விஷம்கொண்ட பாம்புகள்கூட பில்வாவுடன் விளையாடிவிட்டுப் போகும். அவர் மகுடிக்கு மயங்காத பாம்புகளே இல்லை என்று சொல்லலாம். அப்படி பாம்புகள் மயங்கியது போலவே ஒரு பாவையும் மயங்கினார். ஆனால், அவர் உயர் ஜாதியைச் சேர்ந்தவர். செல்வாக்கும் ஜாதி மதங்களும் இன்றைக்கும்கூட காதலின் வேருக்கு வெந்நீர் ஊற்றிடும் நிலையில் அந்தக் காலத்தை கற்பனை செய்து பாருங்கள். மேலும், அந்தப் பெண்மணியின் உறவினர்களே பெரும்பான்மையாக அந்தப் பகுதியில் வசித்தார்கள். ஆனால் எதைப் பற்றியும் கவலைப்படாமல் பில்வாவும் அந்தப் பெண்ணும் அன்பில் கரைந்தார்கள்.

சமூகத்தில் முதலில் பரவும் ரகசியம் காதல் விவகாரம்தானே! ஊர் அவர்கள் தலையை உருட்டத் துவங்கியது. பெண்மணியின் உறவினர்களால் பில்வா எச்சரிக்கப்பட்டார். ஆனால், ஊர்க்காரர்களால் காதலர்களின் உறுதியான அன்புச் சங்கிலியை உடைக்க முடியவில்லை. கட்டுப்பாடான அந்த பெண்மணியின் குடும்பம் எரிமலையாய் கொதித்தெழுந்தது. இனி பில்வாவை உயிரோடு விட்டுவைத்தால் தங்கள் சனாதனத் தர்மங்களுக்கு முற்றுப்புள்ளி வைத்துவிடுவார் என்று கருதிய உயர் ஜாதியினர் பில்வாவைக் கொல்வதற்கும் துணிந்துவிட்டார்கள்.

ஷம்போ
சிவ ஷம்போ!

6

பில்வாவைக் கொல்வதென்று முடிவான பிறகு ஊரின் நடுவே ஒரு மரத்தின் அடிப்பாகத்தோடு சேர்த்து அவரைக் கட்டினார்கள். கைகளும் கால்களும் இயங்க முடியாதபடி பிணைக்கப்பட்டிருந்தன. "இவனை அடித்தே கொல்லுங்கள்" என்று கத்தினார் ஒருவர். "வேண்டாம். வாளால் ஒரே வெட்டு. தலை தனியாகப் போய்விடும்" என்றார் மற்றொருவர். "அப்படியெல்லாம் வேண்டாம். அவனது நண்பர்களை விட்டே அவனைக் கொல்வோம்'' என்றார் வேறொருவர். ''ஆம், அவன் வளர்த்த நாகப் பாம்புகளில் ஒன்றையெடுத்து அவனைக் கடிக்கவிடுங்கள்: அனுபவித்து சாவான்" என்று கேலியாகச் சிரித்தார் அவர்.

எல்லோரும் உற்சாகமாய் சம்மதிக்க, உடனடியாக அந்த யோசனை செயல்படுத்தப்பட்டது. பாம்பின் விஷம் கொடூரமாக பில்வாவின் உடலில் செயல்படத் துவங்கியது. இருதயத்தின் தசைகளை எட்டிப் பாய்ந்தது விஷம். ரத்தம் கெட்டிப்பட்டு நாளங்களில் பாய்வதற்கு சிரமப்பட்டுக்கொண்டு இருந்தது. மூச்சுவிடுவது கடினமாகிப் போனது. இதோ பில்வாவுக்கு மரணம் நேரிடப் போகிறது. சுயநினைவும் உணர்வுகளும் மங்கிப்போகும்போது, மனம் இறைவனை நாடுவது இயல்புதானே! இத்தனைக்கும் பில்வா பெரிய ஆன்மிகவாதியல்ல. அவர் ஒரு சராசரி சிவபக்தர்தான். பாம்பின் விஷம் பில்வாவின் தலைக்கேறியது. சுவாசம் தடம் புரண்டது. வாழ்வின் கடைசி நிமிடங்களில் தன் சுவாசத்தையே

கவனித்துக்கொண்டு இருந்தார் பில்வா. வாய் மட்டும் 'ஷம்போ' என்று சிவ மந்திரத்தை உச்சரித்துக்கொண்டு இருந்தது. ஈஷாவின் மந்திரமாகிய 'ஷம்போ ஷிவ ஷம்போ'வின் ஆரம்பம் அதுதான்.

அடங்கிக்கொண்டு இருந்த சுவாசத்தையே கவனித்துக்கொண்டு இருந்தார் பில்வா. நிலத்தை நோக்கித் தலை கவிழ்ந்திருந்தது. அந்த சுவாசக் கவனிப்பு என்பது ஒரு விழிப்பு உணர்வோடு நிகழ்ந்தது என்பதைவிட ஒரு விபத்தாக நிகழ்ந்தது என்பதுதான் உண்மை. சுவாசத்தோடு ஒரு புதிய அனுபவம் உண்டானது பில்வாவுக்கு. மெள்ள, மெள்ள அவரது சுவாசம் அடங்கியது. உடல் என்ற அடையாளத்தைத் துறந்து பிரிந்தது உயிர். உயிர் பிரியும் கடைசி சில நிமிடங்களில் நடந்த அந்த சுவாசக் கவனிப்பின் மூலமாக, அந்த மனிதரின் எதிர்கால வாழ்வை பல்வேறு விதங்களில் மாற்றக்கூடிய ஓர் ஆன்மிகப் பயணம் துவங்கியது. விஷத்தோடு கலந்த சுவாசமே பில்வாயின் உயிர் துடிப்பில் கலந்துவிட்டது.

ஈஷாவின் சம்யமா சுவாசப் பயிற்சிக்கும் பிற இடங்களில் சொல்லிக்கொடுக்கப்படும் இதுபோன்ற பயிற்சிக்கும் பெரிய வித்தியாசம் உண்டு. ஈஷா பயிற்சிக்கு தனித்தன்மை உண்டு. எப்படி? பில்வாவின் மரணம் மிக நெருக்கத்தில் இருந்தபோது, மரணம் உறுதி என்று தெரிந்த நிலையில்தான் அவருக்கு ஞானம் ஏற்பட்டது. எனவே, அந்த சுவாசக் கவனிப்பு அதிதீவிரமானதாக இருந்தது. வாழ்க்கையில் மேம்பட வேண்டுமென்பதற்காக அது நிகழவில்லை. நிலத்தைப் பார்த்து இறந்த நிலையிலிருந்தாலும், மிக்க விழிப்பு உணர்வோடு இருக்க முயன்றார் பில்வா. இப்படிப்பட்ட பாரம்பரியம் உள்ள சுவாசப் பயிற்சியைச் செய்கிறபோது அது மிகப் பெரிய ஆற்றலை மனிதர்களுக்கு உண்டாக்குவதாக இருக்கிறது. ஈஷாவின் யோக தியானப் பாதை எளிமையாக இருக்க காரணம் சுவாசப் பயிற்சியின் தனித்தன்மைதான்.

தமிழ்நாட்டில் பழனிக்கு அருகில் ஒரு ஊர். அங்கே சமாதி நிலையில் அமர்ந்து கடும் தவம் மேற்கொண்டு இருந்தார் ஒரு துறவி. மக்கள் அவரை பழனி சுவாமிகள் என்று அழைக்கிறார்கள். கால ஓட்டத்தில் பல ஞானிகள் தியான லிங்கத்தை உருவாக்க முயன்றார்கள் என்று சொன்னோமல்லவா... அப்படிப்பட்ட சுவாமிகளில் பழனி சுவாமிகளும் ஒருவர். ஆனால், சுவாமிகள் மஹாசமாதி அடையும் காலம் நெருங்கிக்கொண்டு இருந்தது. அதற்குள் இந்தப் பிரமாண்டமான பணியைச் செய்து முடிக்க முடியாதே என்ற கவலை சுவாமிகளை வாட்டியது. தவ வலிமை மிக்க துறவிகளால், தனக்குரிய தகுதி வாய்ந்த சிஷ்யர் யார் என்பதையும் அவர் எங்கே இருக்கிறார் என்பதையும் உள்ளுணர்வால் அடையாளம் கண்டுகொள்ள முடியும். அப்படிப்பட்ட சிஷ்யனைத் தேடி தன் பயணத்தைத் துவக்கினார் பழனி சுவாமிகள். அவரது

ஞானக் கண்களுக்குத் தெரிந்தவர் ஒரு சிவயோகி. அவர்? முந்தைய பிறவியில் பில்வாவாக இருந்தவர்தான்! தனது இந்தப் பிறவியில் சிவயோகியாக வலம் வந்துகொண்டு இருந்தார்.

கடுமையான யோகமும், தியானமும், தவமும் அந்த சிவயோகியின் உடலை வஜ்ரமாக மாற்றியிருந்தன. உறுதியான ஆத்ம சாதனை முகத்தில் ஒளிர்ந்துகொண்டு இருந்தது. மூலாதாரச் சக்கரத்தில் துவங்கிய குண்டலினி, பல சக்கரங்களைக் கடந்து அவரது புருவ மத்தியில் இருந்த ஆக்ஞை சக்கரத்தில் முட்டி மோதிக்கொண்டு இருந்தது. அது ஒரு பிரசவ வேதனை. இடைவிடாத பயிற்சியால் இந்த சக்தி நிலைக்கு உயர்ந்த சிவயோகிக்கு, அதற்கும் மேலே போய் சகஸ்ரஹார சக்கரத்தை குண்டலினி தூண்டிவிட வேண்டுமென்றால் அதற்கு குருவின் தயவு கட்டாயம் தேவை. அப்படிப்பட்ட குருவை எதிர்பார்த்துக் காத்துக்கொண்டு இருந்தார் சிவயோகி. அதே சமயம், மனித உருவில் இருந்த யாரையும் குருவாக ஏற்கக் கூடாது என்பதிலும் உறுதியாக இருந்தார். அவரைப் பொறுத்தவரையில் சிவன்தான் குரு. சாட்சாத் அந்த பரமசிவனே வந்து தனக்கு தீட்சை தர வேண்டுமென்று விரும்பினார் சிவயோகி.

வெள்ளியங்கிரியில் பழனி சுவாமிகளைப் பார்த்தவுடன், விழிப்பு உணர்வின் உச்சத்தில் இருக்கும் அவருக்கு தன்னையே அர்ப்பணித்தார். அவர்தான் தனது குரு என்பதையும் உணர்ந்தார். இருந்தும் மனதுக்குள் ஒரு தயக்கம். அவருடைய எண்ண ஓட்டம், பழனி சுவாமிகளுக்கு தெரியாதா என்ன? சிவயோகிக்கு சிவன் வடிவத்திலேயே காட்சியளித்தார் பழனி சுவாமிகள். சிவயோகிக்கு சரியான சமயத்தில் தன்னையே உணர குருவாக வந்து சேர்ந்தார் பழனி சுவாமிகள். கைகளாலோ அல்லது கால்களாலோகூட சீடரைத் தொடவில்லை. தன் கையில் இருந்த கோலால் சிவயோகியின் புருவ மத்தியில் இருந்த ஆக்ஞை சக்கரத்தை மட்டும் தொட்டார். சிவயோகிக்குப் பீறிட்டெழுந்தது பேரானந்தம். அது ஒரு விவரிக்க முடியாத அருள் அனுபவம். இவரே பின்னாளில் சத்குரு ஸ்ரீரப்பிரம்மாவாக மலர்ந்தார்.

சத்குரு
ஸ்ரீ பிரம்மா!

7

சகஸ்ரஹாரச் சக்கரம் தூண்டப்பட்டவர்கள் பரவச நிலையை அடைந்துவிடுகிறார்கள். இவர்களுக்கு உணவு ஊட்டுதல், உடல் தூய்மை செய்தல், உடை உடுத்துதல் போன்றவற்றைக்கூட மற்றவர்கள்தான் செய்துவிட வேண்டும். இந்தப் பரவச ஞான நிலையில் இருப்பவர்களை 'அவதூதர்கள்' என்றும் அழைப்பார்கள். சுவாமி ராமகிருஷ்ண பரமஹம்சரும் இப்படிப்பட்ட அவதூதர்தான்.

ஆக்ஞா சக்கரத்தைத் தொட்ட ராமகிருஷ்ணர் அந்த எல்லையிலேயே நின்றுவிட்டார். அதைத் தாண்டிச் செல்ல விரும்பவில்லை. காளியிடம் மிகுந்த பக்திகொண்டு இருந்த ராமகிருஷ்ணர் அவ்வப்போது சில சமாதி நிலைகளை அடைவார். அப்போதெல்லாம், காளியிடம் பேசுவதாக, காளிக்கு உணவு தருவதாக உணர்வார். சமாதி நிலை கடந்து வெளி வந்ததும், சிறு குழந்தையைப் போல தேம்பித் தேம்பி அழுவார். மீண்டும் குறுகிய கால இடைவெளியில் சமாதி நிலை அடைய காளியிடம் சரணடைவார். ஆக்ஞா சக்கரத்தைத் தாண்டி சஹஸ்ரஹாரத்தைத் தொடாததால் நினைத்தபோது சமாதி நிலை அடைவதும், பின்னர் மீண்டுவருவதும் அவருக்குச் சாத்தியமாகவில்லை.

இந்த நிலையில் தோத்தாபுரி என்ற ஞானி ராமகிருஷ்ணரைக் கண்டார். முழுமையான கிளர்ச்சிக்கு உரியவர். ஒரு எல்லையிலேயே தேங்கி நிற்பது கண்டு அவரிடம் பேசிப் பார்த்தார். ஆனால்

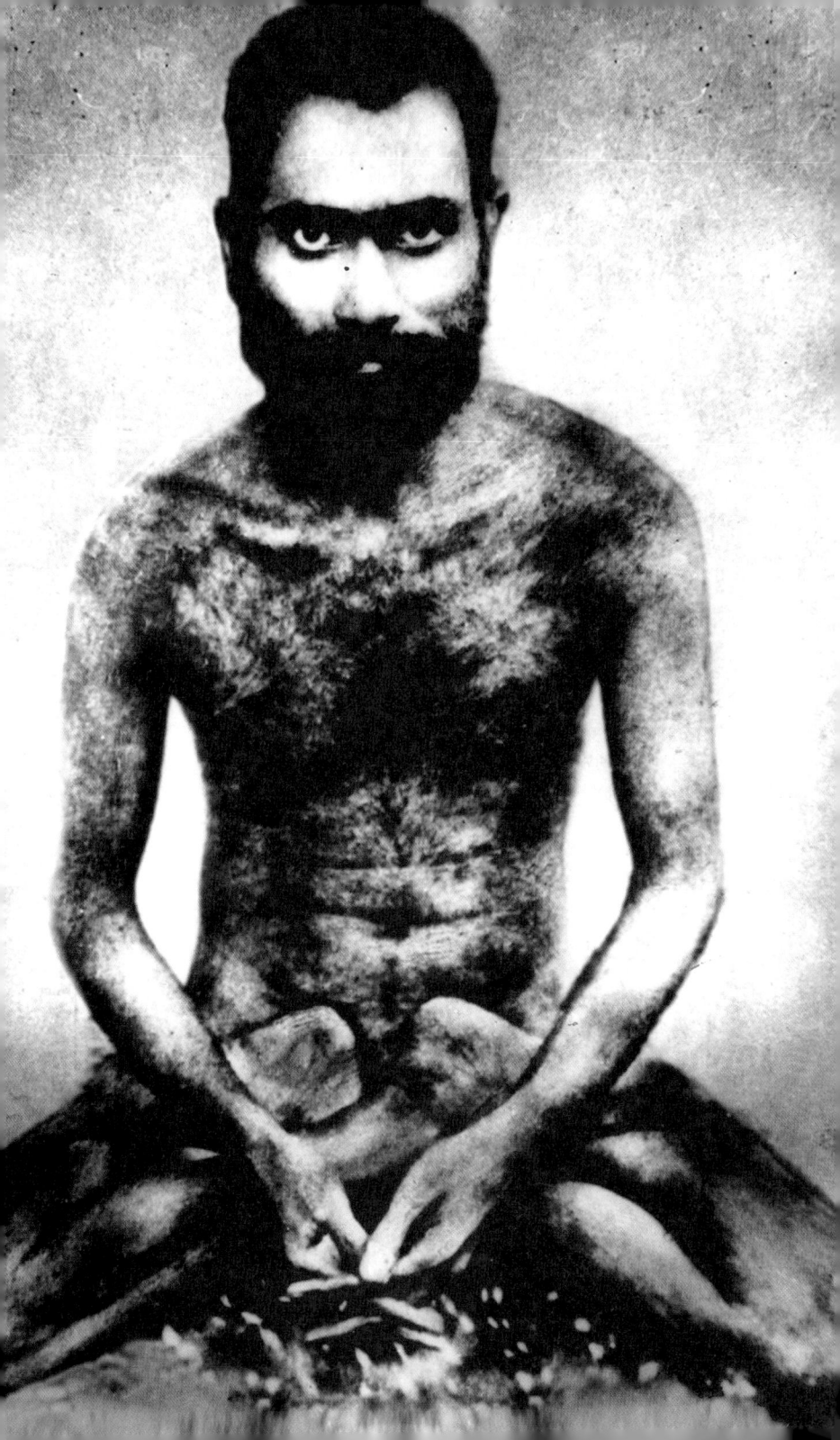

ராமகிருஷ்ணர் ஒப்புக் கொள்ளவில்லை. தோத்தாபுரி அருகிலிருந்த ஒரு கண்ணாடித் துண்டை எடுத்து ராமகிருஷ்ணரின் புருவ மத்தியில் இருந்த ஆக்ஞாவில் அழுத்தமாகக் கிழித்தார். இதன் விளைவாக முற்றிலும் புதிய எல்லையைத் தொட்ட ராமகிருஷ்ணர், பரமஹம்சர் ஆனார்.

சக்கரங்களைத் தூண்டுவது என்பது மிகவும் நுட்பமான ஒன்று; ஞானிகளாலேயே அது சாத்தியம். அப்படிப்பட்ட ஞானிகளில் ஒருவர்தான் பழனி சுவாமிகள். ஒரு கோலால் ஆக்ஞாவைத் தொட்டதும், சிவயோகிக்கு ஞானம் பிறந்து பரவச நிலை ஏற்பட்டுவிட்டது. குருவும் சிஷ்யனும் சந்தித்துக்கொண்டதென்னவோ சில மணித் துளிகள்தான். ஆனால், அடுத்த நூறு ஆண்டுகளுக்கான வேலைத் திட்டமும் மக்களுக்கு மாபெரும் வரமாக கிடைக்கக்கூடிய தியானலிங்கத்துக்கும் அப்போது போடப்பட்டது அஸ்திவாரம்.

உரியவர் கையில் தியானலிங்கப் பணியை ஒப்படைத்த திருப்தியில் பழனி சுவாமிகள் வெள்ளியங்கிரியில் மகா சமாதி அடைந்தார்.

குரு ஒப்படைத்த பணியை நிறைவேற்ற சிவயோகி மிகுந்த பாடுபட்டார். ஆனால் உள்ளுணர்வு நிரம்பி இருந்தும் உலகச் சூழல் எதிர்ப்பாக இருந்ததால், தியானலிங்கம் அமைப்பது சிவயோகிக்குச் சாத்தியமாகவில்லை. குருவின் கட்டளையை நிறைவேற்ற முடியாமல், சிவயோகியின் உயிர், உடல்கூட்டைத் துறந்து சிறகடித்தது.

அந்தத் திகம்பர முனிவருக்குப் பெயர் சக்ரேஸ்வரர். அப்படி என்றால் உடலில் உள்ள 114 சக்கரங்களின் மீதும் ஆளுமை உள்ளவர் என்று பொருள். தமிழகம் முழுவதும் அவருக்கு பக்தர்கள். அந்த ஆத்ம சாதகரை சத்குரு ஸ்ரீ பிரம்மா என்றும் அழைப்பார்கள்.

அவர் நடமாடும் எரிமலையாய் உலவிக்கொண்டு இருந்தார். அவரது நெற்றிப் பொட்டு நெருப்பாய் தகித்தது. முந்தைய பிறவியில் குருநாதரின் கோல்பட்டுத் திறந்த இடமல்லவா... சிவயோகியாக இருந்தபோது குருவின் கட்டளையான தியான லிங்கத்தை நிறைவேற்ற முடியவில்லை என்பது நெஞ்சில் அழுத்தமாகப் பதிந்து, ஆற்றாமையை வெளிப்படுத்திக்கொண்டு இருந்த நிலையில், இந்தப் பிறவியிலாவது அதை நிறைவேற்றிவிட வேண்டும் என்று துடிதுடித்துக்கொண்டு இருந்தார் சத்குரு ஸ்ரீபிரம்மா.

கோயமுத்தூரில் அந்த உயர்ந்த பணியைத் துவக்கினார். தியானலிங்கம் தெய்வீகத்தின் உயர்ந்த வெளிப்பாடு என்பதால் அது வாழ்வின் அத்தனை தன்மைகளையும்கொண்டு இருந்தது. எனவே, ஆண்களும் பெண்களும் தீவிர ஆத்ம சாதனையில் ஈடுபட வேண்டி வந்தது. ஆணும் பெண்ணும் சேர்ந்து ஒரே

ரிஷிமூலம்

8

பாலயோகியின் பெயர் சதானந்தர். பாலயோகி என்றால் குழந்தை யோகி. இளம் வயதிலேயே ஞானம் அடைந்தவர்கள். உடலைத் தக்கவைத்துக் கொள்ளக்கூடிய தந்திரம் அவர்களுக்குத் தெரியாது. ஆனந்தமயமாக இருப்பார்கள். எதையும் போதிக்க மாட்டார்கள். ஓரிடத்தில் அமர்ந்து மக்களை ஆசீர்வதித்துக்கொண்டே இருப்பார்கள். அவர்கள் அமர்ந்திருக்கும் சூழலே அற்புதமாக இருக்கும்.

பதினோறு வயதில் தன்னை உணர்ந்தவர் பாலயோகி சதானந்தர். ஏறக்குறைய மூன்றரை ஆண்டுகள் அவர் சமாதி நிலையில் இருந்தார். சமாதி நிலையிலிருந்து வெளிவந்த சதானந்தர் தன் அனுபவங்களைப் பகிர்ந்துகொள்ள விரும்பினார். ஆனால் அவருக்குக் கிடைத்த ஐந்து சீடர்களும் உண்மையாக இல்லை. எனவே கோபப்பட்டு உடலை உதறினார் சதானந்தர். இதை உள்ளுணர்வாய் அறிந்துகொண்ட ஸ்ரீபிரம்மா, உடனடியாக அந்த பாலயோகியின் உடலுக்குள் புகுந்துகொண்டு தன் நோக்கத்தை நிறைவேற்றிக் கொள்ள முயன்றார். பாலயோகியின் உடலில் புகுந்துகொள்ளக் காரணம், தனது தேவைக்கும் நோக்கத்துக்கும் அந்த இளம் யோகியின் உடல் உதவியாக இருக்கும் என்பதால்தான். ஏனென்றால், மீண்டும் ஒருமுறை பிறந்து வாழ்வின் எல்லா நிலைகளையும் கடந்துவருகிற பொறுமை அவருக்கு இல்லை.

சில மாதங்களுக்கு, ஸ்ரீபிரம்மா ஒரே நேரத்தில் இருவேறு

உருவாகிற சூழல் ஏற்படுகிறதோ, அப்போதெல்லாம் தடைகளை ஏற்படுத்தும் தீய சக்திகளின் மீதுதான் கோபம். கோவையில் உண்டாக்கப்பட்ட தடைகள் ஸ்ரீ பிரம்மாவைக் கொந்தளிக்கச் செய்துவிட்டன. அந்தக் கோபத்தின் உச்சியில், ஒரு திசையை நோக்கி நடக்கத் துவங்கினார். அவருக்குள் இருந்த ஆவேசத்தைப் பார்த்து யாரும் அவரை நெருங்கக்கூட முடியவில்லை. விபூதி என்ற பெயர்கொண்ட சீடர் ஒருவர் மட்டும் குருவைப் பின்தொடர்ந்து சென்றார். குரு எந்தத் திசையில் செல்கிறார் என்று பார்த்து, உணவு சமைத்துக் கொண்டுபோய் அவர் முன்னால் வைத்துவிட்டு தள்ளி நின்றுகொள்வார். அவர் சாப்பிடும் வரை காத்திருப்பார்.

எங்கே செல்ல வேண்டுமென்று திட்டமிடாமல் மேற்கொண்ட பயணம் அது. ஆனால் ஆந்திரப் பகுதியிலுள்ள கடப்பா என்ற இடத்தில் உள்ள ஒரு ஆலயத்தை நோக்கி இயல்பாகவே அமைந்துவிட்டது அந்தப் பயணம். போன பிறவியில் குருவாக இருந்த பழனி சுவாமிகள் நடமாடிய பூமி அது. அந்த மகானின் சக்தி நிலையே ஸ்ரீபிரம்மாவை அங்கு இழுத்தது.

கடப்பாவில் உள்ள ஆலயத்தில் தங்கினார். ஸ்ரீபிரம்மாவின் தவநெறியின் வலிமை உண்டாக்கிய அக்கினி வளையத்தின் உஷ்ணம் தாங்காமல் அந்த ஆலயத்தின் அர்ச்சகர்கள்கூட அங்கு வருவதை நிறுத்திக்கொண்டார்கள். சில கர்ம வினைகளின் காரணமாக இரண்டு வருடங்களில் அவர் உடலைவிட வேண்டியதாக இருந்தது. எனவே கடப்பாவில் தியானலிங்கம் உருவாவதற்கு வேண்டிய திட்டங்களை தெளிவாக வகுத்தார். யார், யார் பிராணப் பிரதிஷ்டையில் பங்கு பெற வேண்டும்; அவர்கள் எந்தெந்தக் கருவில் உருவாக வேண்டும் என்பதையெல்லாம்கூட தீர்மானித்துவிட்டார் அந்த ஞானி.

இந்தப் பிறவியில் இல்லாவிட்டாலும் அடுத்த பிறவியிலாவது திட்டம் போட்டபடி தியானலிங்கம் அமைத்துவிட வேண்டும் என்பதில் உறுதியாக இருந்தார். அந்த சமயம் மகாராஷ்ட்ரா மாநிலம் வஜ்ரேஸ்வரியில் ஒரு பாலயோகியின் உயிர், உடலைவிடுவதாக ஸ்ரீபிரம்மாவின் ஞானக் கண்களுக்குத் தெரிந்தது. புதிய திட்டம் உருவாயிற்று.

இடத்தில் அமர்ந்தால், அவர்களது உயரிய நோக்கங்கள் மறைக்கப்பட்டு கொச்சையான விஷயங்கள்தானே பேசப்படும்? எனவே சமூகத்தில் மிகுந்த எதிர்ப்பு இருந்ததால் கோவையிலிருந்து கடுங்கோபத்தில் வெளியேறினார் ஸ்ரீபிரம்மா.

ஸ்ரீபிரம்மாவின் உள்நிலைப் புரிதல் தெளிவாக இருந்தது. ஆனால் வெளிச்சூழலைப் பற்றி அவர் கவலைப்படவே இல்லை. என்ன செய்ய நினைத்தாரோ, அதைச் செய்தார். அவரைப் பொறுத்தவரை மற்றவர்களை முட்டாள்களாக' கருதினார். அவர்களைப் புறக்கணித்துவிட்டுச் சென்றுகொண்டே இருந்தார்.

ஒரு சமயம் நீலகிரி பகுதியில் வசித்து வந்தார் ஸ்ரீபிரம்மா. அப்போது ராணுவம் ஒரு ஆணையைப் பிறப்பித்திருந்தது. 'ரயில் நிலையம் அருகே இருக்கும் ரயில் பாதையை யாரும் கடக்கக் கூடாது' என்பதுதான் அது. ஆனால் ஸ்ரீபிரம்மா இருந்த ஆஸ்ரமத்துக்கும் நகரத்துக்கும் செல்வதென்றால் ரயில் பாதையைக் கடக்க வேண்டியிருந்தது. எனவே அவர் ஆணைகளை மீறி இருப்புப் பாதையைக் கடந்தார்.

ஆனால் ராணுவம் சும்மா இருக்குமா?

தடையை மீறிய ஸ்ரீ பிரம்மாவைக் கைது செய்து சிறையில் அடைத்தது ராணுவம். ஆனால் சிறையில் இருப்பதற்காகவா அவர் பிறவியெடுத்தார்? குருவின் கட்டளையை நிறைவேற்றத்தானே சக்ரேஸ்வராக அவதரித்தார். அவருக்கு நிறையப் பணிகள் காத்திருந்தன. எனவே அவர் சிறைக் கம்பிகளை ஊடுருவி வெளியே நடந்துவிட்டார். திகைத்துப் போன ராணுவம், அவர் சாதாரண நபர் அல்ல என்பதைத் தெரிந்துகொண்டது. ஆனால் என்ன செய்வது என்று புரியாமல், அவரைக் கைது செய்யும் ஆணை கையில் இருந்ததால், ஸ்ரீபிரம்மாவைத் தொடர்ந்துகொண்டே இருந்தார்கள். ஸ்ரீபிரம்மாவின் பக்தர்கள் ராணுவம் தொடர்வதற்கு ஆட்சேபனை தெரிவித்தார்கள். "இவர் எங்கள் குரு. இவரை நீங்கள் தொடரக் கூடாது'' என்று கேட்டுக்கொண்டார்கள். இவர்களுடைய தொந்தரவுக்கு ஆளாகாமல், தன் பணியைக் கவனித்துச் செய்ய வேண்டும் என்று நினைத்த ஸ்ரீபிரம்மா அங்கு நின்றுகொண்டு இருந்த ஒரு சிறுவனை அழைத்தார். அவன் தலையில் கையை வைத்தார். பிறகு அங்கிருந்த ஏரியில் நடந்து போகச் சொன்னார். அந்தச் சிறுவன் ஏரி நீரின் மீது தைரியமாக நடந்தான். அங்கும் இங்கும் ஓடினான். அதைப் பார்க்க ஒரு பெரிய கூட்டமே கூடிவிட்டது. இதைப் பார்த்த ராணுவ வீரர்கள் பயந்து ஓடிவிட்டார்கள். அதன் பிறகு தனது பாதையில் பயணத்தைத் தொடர்ந்தார் ஸ்ரீபிரம்மா.

ஸ்ரீபிரம்மாவின் கோபம் தனி மனிதர்கள் மேல் அல்ல; ஒரு தலைமுறையின் மீதுதான். எப்போதெல்லாம் தியானலிங்கம்

உடல்களில் இருந்தார். தியானலிங்கம் உருவாக்கும் முயற்சியில் பல சீடர்களைச் சேர்த்துக்கொண்டார். ஆனால், தான் திட்டமிட்டபடி காரியங்கள் நடக்காததால் மிகவும் கோபமடைந்தார். வாழ்க்கை முழுவதும் அவருக்குப் பிரச்னைகள் வந்துகொண்டே இருந்தன. அவரது உள்நிலைப் புரிதல் தெளிவாகவே இருந்தது. ஆனால் வெளிச்சூழலைப்பற்றி அவர் கவலைப்படவே இல்லை. என்ன செய்ய நினைத்தாரோ, அதைச் செய்தார். காரணமே இல்லாமல் கடுமையாக நடந்துகொள்வார். ஆனால், அகம்பாவம் அல்ல காரணம். அவருடைய நிலை அவ்வளவு தீவிரமாக இருந்தது. மக்கள் அவரைப் பெரிதும் நேசித்தார்கள். மக்களை 'ஏய்' என்றழைத்ததுபோலத்தான் சிவனையும் அழைப்பார் ஸ்ரீபிரம்மா. ஆனால் தியானலிங்கப் பிரதிஷ்டை என்பது, வெளிச்சூழல்களை உரிய முறையில் வடிவமைப்பதையும் சார்ந்திருந்தது. போதிய ஆதரவு கிடைக்கவில்லை. மிக மிக வேகமாக, சில விஷயங்களை சீடர்களுக்குக் கற்றுக்கொடுத்தார். ஆனால் அவரோடு இருந்தவர்கள், அவர் சொன்னதைச் சரியாக உள்வாங்கிக் கொள்ளவில்லை. அதற்குக் காரணம், சீடர்களின் குறுகிய எல்லைகளே என்றறிந்ததும் உடலைவிடவும் சித்தமாகி விட்டார்.

ஸ்ரீபிரம்மா, கடுமையான ஆத்ம சாதனைகளைச் செய்த ஒரு ஞானி. அவரது உடல் வலிமையும் உறுதியும் கொண்டது. ஒரு நாளைக்கு நூறு கி.மீ. நடந்தாலும் களைப்பாக மாட்டார். அவரது செய்கைகள் வேகமாகவும், அதே சமயம் புரட்சிகரமாகவும் இருக்கும். ஆனால், தியானலிங்கம் அமைக்கும் விஷயத்தில் அவர் எதிர்பார்ப்புகளை மற்றவர்கள் ஈடுசெய்யாதபோது கடுமையாகக் கோபப்பட்டார். அப்படிப்பட்ட கோப நிலையில்தான் சதானந்தர் உடலை உதறினார் ஸ்ரீபிரம்மா.

இப்படி நினைத்தவுடன், மற்றவர் உடலில் புகுந்துகொள்வதும், மீண்டும் வெளிவருவதும் ஒருவருக்குச் சாத்தியமாகிறது என்றால், அவர் எவ்வளவு பெரிய ஞானியாக இருக்க வேண்டும்? அப்படிப்பட்ட ஞானிகளில் ஒருவரான ஸ்ரீபிரம்மாவின் பூர்வாங்கப் பெயர் காளியப்பன். விருதுநகர் மாவட்டம், துலுக்கப்பட்டி அருகேயுள்ள நடுவப்பட்டிதான் அவரது ஊர். இளம் வயதிலேயே, ஞானத்தின் தேஜஸ் அவர் முகத்தில் பரவியிருந்ததைப் பார்த்து பெற்றோர்கள் பெருமைப்பட்டனர்.

காளியப்பன் ஏதாவது சொன்னால் அது பலித்தது. தன்னையொத்த வயதுப் பையன்களுடன்கூட பழகாமல், எப்போதும் தனிமையின் துணையையே நாடி இருப்பார். கிராமத்தில், யாருக்காவது காத்து, கருப்பு பிடித்துவிட்டாலோ, குழந்தை பிறக்காமல் இருப்பது, ஜுரம் போன்ற பிரச்னைகளுக்கோ, காளியப்பனிடம் வந்து "ஏதாவது செய்யுப்பா தம்பி!" என்று கேட்பார்கள். அவர்கள் தலையில் கை வைத்து கண்ணை மூடிக்கொள்வார் காளியப்பன். காரியம் கை

கூடும். தனக்கு இந்த அருளைத் தந்தவர்கள் யார் என்று காளியப்பருக்கேகூடத் தெரியாது.

கம்புக் காட்டில் இரவில் காவல் இருக்கப் போவார். காதில் சங்கு, சேகண்டிச் சத்தம் கேட்டுக்கொண்டே இருக்கும். தம்மை கடவுள் படைத்தது இந்த கிராமத்தில் உட்கார்ந்துகொண்டு கம்புக் காட்டை பாதுகாப்பதற்காக மட்டுமல்ல என்பதை உணர்ந்த காளியப்பர், ஒருநாள் கிளம்பி விட்டார் ஊரைவிட்டு.

கால் போன போக்கில் நடந்தார். கட்டிய கோவணத்துடன், காடுமேடுகளில், குகைகளில், மலைகளில் கடும் தியானம் மேற்கொண்டார். உயர்ந்த சக்தி நிலை அவரை வந்தடைந்தது. வாழ்க்கையில் ஏதோ ஒன்று நிகழ்த்தவே தன்னை கடவுள் இந்தப் பிறவியில் படைத்திருக்கிறான் என்பதைப் புரிந்துகொண்ட காளியப்பர், அதற்கு முன் மக்களைத் தன் பக்கம் திருப்பவேண்டுமென்றால், அவர்களுடன் ஒன்றுபட்டு வாழ்ந்து, அவர்களைப் பலவிதங்களில் முன்னேற்றும்விதமாகச் செயல்பட வேண்டும் என்று முடிவெடுத்தார்.

தேனி அருகில் எம்.சுப்பலாபுரம் கிராமம். கிராமத்தை ஒட்டியிருந்த பனங்காட்டில் காலையில் ஆடு மேய்க்கச் சென்ற சிறுவர்கள், கோவணம் கட்டிக்கொண்டு பத்மாசனத்தில் தியானத்தில் இருந்த காளியப்பரைப் பார்த்தார்கள். அவரைப் பலவிதமாகத் தொந்தரவு செய்தும் தியானத்திலிருந்து அவர் கண் திறக்கவில்லை. இதற்குள் கிராமத்தில் உள்ள பெரியவர்களுக்கு விஷயம் தெரிந்து அவர்கள் ஓடோடி வந்தார்கள். இயல்பாகவே அந்தக் கிராமத்து மக்கள் கடவுள் நம்பிக்கையில் நன்கு ஊறியவர்கள். கிராமத்துக்கு யாராவது காஷாயம் கட்டிக்கொண்டு வந்தால், அவருக்கு வயிறு நிறைய உணவு படைத்து, கேட்டதையெல்லாம் கொடுத்து அனுப்பும் நல்ல ஆத்மாக்கள். உணவு உட்கொள்ளாமல், கண்களைத் திறக்காமல், மோன நிலையில் பல நாட்கள் இருக்கும் காளியப்பரைப் பார்த்து மிகவும் கவலைப்பட்டுப் போனார்கள் எம்.சுப்பலாபுரம் பெரியவர்கள்.

மீண்டும் வருவேன்!

9

எம். சுப்பலாபுரம் மக்களின் கவலையைத் தீர்க்கும்விதமாக, அடுத்த சில நாட்களில் கண் விழித்தார் காளியப்பர். ஊர்ப் பெரியவர்கள் அவரைக் கைத்தாங்கலாகப் பிடித்து அழைத்து வந்து விநாயகர் கோயில் பக்கத்தில் ஒரு அறையில் தங்கவைத்தார்கள். அன்றிலிருந்து சுப்பலாபுரம் மக்களில் ஒருவராகிவிட்டார் காளியப்பர்.

கிராமத்து மக்கள் அவர் மேல் அன்பைப் பொழிந்தார்கள். யாருக்கு நோய், நொடி வந்தாலும் உடனே அவர்கள் காளியப்பரிடம்தான் வந்தார்கள். அவர் கொடுக்கும் விபூதியைப் பூசிக்கொண்டால் நோய், நொடி காணாமல் போய்விடும். தேள்கடி, பாம்புக்கடி என்று வரும் பலருக்கு, கடிபட்ட இடத்தில் கைகளால் வருடிக் கொடுத்தே குணப்படுத்தினார். கிராமத்துப் பெரியவர் ஒருவருக்கு உடலெங்கும் வெண்குஷ்டம். எல்லோரும் வியக்கும்விதமாக அந்தத் தீராத வியாதியையும் தீர்த்துவைத்தார் காளியப்பர். இதற்குள் காளியப்பருக்கு உள்ளூரிலேயே ஐந்தாறு சிஷ்யர்கள் உருவாகிவிட்டார்கள். காளியப்பரை யாரும் தொந்தரவு செய்யாமல் பார்த்துக்கொள்வது, அவருக்குத் தேவையான பணிவிடைகள் செய்வது என்று உற்சாகமாகச் செயல்பட்டார்கள். எப்போதும் யோகம், தியானம் என்று இருந்தார் காளியப்பர். ஓர் இரவில், அறைக்கு வெளியே தூங்கிக்கொண்டு இருந்த சிஷ்யர் ஒருவர், குரு தூங்குகிறாரா என்று உள்ளே எட்டிப் பார்த்திருக்கிறார். பார்த்த அதிர்ச்சியில் உறைந்துவிட்டார். காளியப்பர் தலை வேறு, கைகள்

வேறு, கால்கள் வேறு என்று துண்டு, துண்டாக தனித்தனியாகக் காட்சியளித்திருக்கிறார். சில நொடிகள்தான் அந்த காட்சியைப் பார்த்திருக்கிறார். சிஷ்யர் கவனிக்கிறார் என்று தெரிந்ததும், காளியப்பரின் உடல் பாகங்கள் மீண்டும் ஒட்டிக்கொண்டு ஓருடலாகக் காட்சியளித்தது. இதுபோன்ற பல அற்புதங்களை நிகழ்த்தி கிராமத்து மக்களைப் பிரமிக்கவைத்தார் காளியப்பர்.

தான் அந்த கிராமத்தில் முகாமிட்டதன் நோக்கம் நிறைவேற

வேண்டும் என்ற எண்ணத்தில் ஒருநாள் கிராமத்துப் பெரியவர்களை அழைத்தார் காளியப்பர். முதலில் அவர்களுடைய வாக்குறுதியைக் கேட்டார். அவர்களும் சொல்வதைச் செய்ய ஒப்புக்கொண்டார்கள். பன்னிரெண்டு அடி ஆழத்துக்குக் குழி வெட்டி, அதில் இறங்கி சில நாட்கள் தியானம் மேற்கொள்ள இருப்பதாகவும் அதற்கான ஏற்பாடுகளைச் செய்யவும் பணித்தார். ஊர்ப் பெரியவர்கள் மிகவும் தயங்கினார்கள். ஆனால், ஏற்கனவே காளியப்பர் சில அற்புதங்களைச் செய்து காட்டியிருந்தபடியால் அவர் மீது நம்பிக்கையும் இருந்தது. ஊர்ப் பஞ்சாயத்து கூடி விவாதித்தது. காளியப்பருக்கு உதவிட ஊர் முன்வந்தது.

விநாயகர் கோயில் அருகில் குழி வெட்டப்பட்டது. உள்ளே இறங்கியதும், மேலே பலகை போட்டு மூடி, பின்னர் பலகையின் மேல் மண்ணை பரப்பிவிடுமாறும், மண்ணில் தானியங்களை தூவிவிடுமாறும், சரியாக பதினோறாவது நாள் தன்னை குழியிலிருந்து வெளியே எடுக்குமாறும் குறிப்பு தந்த காளியப்பர், வெளியே வந்ததும் ஒரு குறிப்பிட்ட பச்சிலையின் சாற்றை அவர் மீது தடவி, 300 குடம் தண்ணீர் ஊற்ற வேண்டும் என்றும் சொன்னார்.

குறிப்பிட்ட நாளும் வந்தது. குழி வெட்டப்பட்டது. காளியப்பர் உள்ளே இறக்கப்பட்டார். உள்ளே சென்ற காளியப்பர் பத்மாசனம் போட்டு அமர்ந்துகொண்டார். கண்களில் நீர் தளும்ப கிராமத்துப் பெரியவர்கள் சாமி சொன்னபடி மூடினார்கள். காளியப்பர் சொன்ன மற்றொரு விஷயம், அவர் குழிக்குள் இருக்கும்போது, எந்த சப்தமும்... நாய் குரைக்கும் சப்தம் உட்பட கேட்கக் கூடாது என்பது. சிஷ்யர்கள் குரு சொன்ன அறிவுரைகளைக் கடைபிடித்து, இரவு பகலாக குழிக்கு அருகிலேயே கண் விழித்து காவல் காத்தார்கள்.

பதினோறாவது நாள் வந்தது. மண்ணை அகற்றி, பலகையை எடுத்தார்கள். பார்த்தால் 'சாமி' காளியப்பர் அதே பத்மாசன நிலையில் கண்ணை மூடிக்கொண்டு அமர்ந்திருக்கிறார். உள்ளே இறங்கி, காளியப்பரைத் தோளில் போட்டுக் கொண்டு மேலே ஏறி வந்தார் கிராமத்து இளைஞர். காளியப்பருக்கு நாடித் துடிப்பே இல்லை. பயந்து போனார்கள் கிராமத்து மக்கள். 'சாமி' சொன்ன பச்சிலைச் சாற்றை அவர் உடலின் மேலே தடவினார்கள். கிணற்றில் இருந்து குடம், குடமாக தண்ணீர் எடுத்து, 'சாமி' மீது ஊற்றினார்கள். ஐநூறு குடங்கள் தண்ணீர் ஊற்றியதும், நாடித்துடிப்பு மீண்டும் வந்தது. கண்களைத் திறந்தார் காளியப்பர். மக்களுக்கும் உயிர் வந்தது.

அந்த சம்பவத்துக்குப்பின் சாமி காளியப்பரின் புகழ் சுற்று வட்டாரமெல்லாம் பரவியது. அவரது தரிசனத்தை நாடி ஆயிரக்கணக்கானோர் சுப்பலாபுரம் வந்தனர். மக்களை ஆசீர்வதித்து அவர்கள்

வாழ்க்கையை செம்மையாய் அமைத்துக்கொண்டு இருந்த 'சாமி' காளியப்பர், தான் இந்தப் பிறவியை எதற்காக எடுத்திருக்கிறோம்; என்ன செய்ய வேண்டும் என்பதையும் மறக்கவில்லை.

ஒருநாள் மக்களை அழைத்தவர், தான் அந்த கிராமத்துக்கு வந்த வேலை முடிந்துவிட்டதாகவும் இன்னும் நிறைய வேலைகள் பாக்கி இருப்பதாகவும் சொல்லிக் கிளம்பத் தயாரானார். "சாமி... சாமி..." என்று கதறினார்கள் மக்கள். அந்த ஊர், எதிர்காலத்தில் மிகச் செழிப்பாக இருக்கும் என்று ஆசீர்வதித்தவர், ஆண்டுதோறும் அவருக்கு ஆனி மாதம், அமாவாசையை அடுத்து வரும் திருவாதிரை நட்சத்திரத்தில் குரு பூஜை செய்யவும், வருகிற சாதுக்கள், சாமியார்களுக்கெல்லாம் அன்னதானம், வஸ்திர தானம் செய்யவும் சொன்னார்.

முதல் குருபூஜையை தானே நடத்திவைத்தார். சுற்று வட்டாரப் பகுதிகளிலிருந்து யாரும் கேட்காமலேயே அரிசி, பருப்பு, காய்கறிகள், வாழை இலை என்று வந்து சேர்ந்தது. கிராமத்து மக்களுக்கு சத்குருவானார் காளியப்பர்; முதல் குருபூஜையை நடத்திக் கொடுத்துவிட்டு, தன் பாதையில் மீண்டும் பயணமானார். சுப்பலாபுரம் கிராமத்தில் இதுவரை 96 குரு பூஜைகள் நடந்துவிட்டன. சிரமம் ஏதுமின்றி வருடா வருடம் நடந்து முடிகிறது சத்குருவின் குருபூஜை.

சுப்பலாபுரத்தை விட்ட சத்குரு, திருச்சி, திருவானைக்காவல் என்று காவிரிக் கரையில் அமர்ந்து கடும் யோகம், தியானம் ஆகியவற்றில் ஈடுபட்டார். பின்னர் பழநி, நீலகிரி ஆகிய இடங்களுக்கும் சென்றார்.

இடையில் காளியப்பரின் திருநாமம் சத்குரு ஸ்ரீபிரம்மாவாக மாறுகிறது. தியானலிங்கம் அமைக்க வேண்டும் என்ற ஏக்கம் நெஞ்சில் முட்டி மோதுகிறது. உள்ளுணர்வு ஒரே லட்சியத்தில் இயங்கினாலும், புறச்சூழல், தியானலிங்கம் அமைப்பதற்குப் பல தடைகளை உருவாக்கிக்கொண்டு இருந்தது. எனவேதான் கடுங்கோபத்தில் இருந்த ஸ்ரீபிரம்மா, கடப்பா ஆலயத்தில் அமர்ந்துகொண்டு தியானலிங்கத்துக்கான அடிப்படைச் செயல் திட்டத்தை வகுத்தார்.

இறுதியாக, கோவை வெள்ளியங்கிரி அடிவாரத்துக்கு வந்தார். பக்தர்கள் திரண்டனர். "இவன் திரும்ப வருவான்" என்று அறிவித்துவிட்டு, ஏழாவது மலைச் சிகரத்தை அடைந்தார். உடலில் உள்ள ஏழு சக்கரங்களின் வழியாக ஒளி வடிவத்தில் உடலைவிட்டார் ஸ்ரீபிரம்மா. அப்போது அவருக்கு வயது 42.

புதிய பாதை!

அந்த இளைஞருக்கு வயது இருபது இருக்கலாம். தனது பெரும்பாலான நேரத்தை மலைகளிலும் காடுகளிலும் செலவழிப்பவர். அந்தக் கண்களில் ஒரு தேடல் இருந்தது. பறவைகளின் மொழியை ரசித்துக்கொண்டு மரம், செடி, கொடிகளோடு மௌனமாகப் பேசி மகிழ்பவர் அந்த இளைஞர்.

ஒருமுறை கர்நாடக மாநிலம் பிலஹரி ரங்கண்ணா மலைத் தொடர்களில் சுற்றிக்கொண்டு இருந்தார், அந்த இளைஞர். விடாது பெய்தது, கடுமையான மழை. சேற்றிலும் சகதியிலும் சிரமப்பட்டு நடந்துகொண்டு இருந்தார். நல்ல பசி. ஒரு கவளம் உணவு வயிற்றில் இறங்கினால் மட்டுமே நடக்க முடியும் என்ற நிலை. சுற்றும்முற்றும் பார்த்தார். ஒரு மேட்டில் ஆசிரமம் ஒன்று தென்பட்டது. பசிக்குப் பாவமில்லை என்று சேறும், சகதியுமாக இருந்ததைப் பற்றி சிறிதும் கவலைப்படாமல், கஷ்டப்பட்டு ஆசிரமத்தை அடைந்தார்.

உடல் முழுவதும் சகதியோடு, பார்ப்பவர்களுக்கு அச்சம் தரும் நிலையில், ஆசிரமத்துக்குள் ஓர் இளைஞன் நுழைவதைப் பார்த்த துறவி சுவாமி நிர்மலானந்தா, வேக வேகமாக வெளியே வந்தார். அந்த இளைஞனே அதிர்ச்சியடையும்படியாக சட்டென்று குனிந்து, சேறு பூசியிருந்த இளைஞனின் பாதங்களைத் தொட்டு தன் கண்களில் ஒற்றிக்கொண்டார். சுவாமி ஏன் அப்படிச் செய்தார் என்பது இளைஞனுக்கு மிகப் புதிராகவும் பிரமிப்பாகவும் இருந்தது.

ஆனால், சாதாரண மனிதத்தன்மையைவிட ஒரு மேம்பட்ட நிலைக்குச் சொந்தக்காரர், அந்த இளைஞர் என்பது முற்றும் உணர்ந்த சுவாமிக்குத் தெரிந்துவிட்டது. அதைத்தான் வெளிப்படுத்தினார் அந்தத் துறவி. அந்த இளைஞர் பெயர் ஜகதீஷ்.

'இவன் திரும்ப வருவான்' என்று சொல்லி வெள்ளியங்கிரியில் உடலைவிட்ட சத்குரு ஸ்ரீபிரம்மாவின் ஆத்மா, மைசூரில் இருந்த டாக்டர் வாசுதேவ் அவர்களின் மனைவி சுசீலாவின் மணிவயிற்றில் கருவாக உருவானது. எல்லாம் கடப்பா ஆலயத்தில் ஸ்ரீபிரம்மா அவர்கள் திட்டமிட்டதுதான். இந்தத் தம்பதிகளின் கடைக்குட்டியாக அவதரித்தவர்தான் ஜகதீஷ்.

மிக இளம் வயதிலேயே சத்குருவின் நடவடிக்கைகள், செயல்பாடுகள் எல்லாம் வித்தியாசமாகவே இருந்தன. 'ஜகதீஷ் எங்கே போயிட்டான்?' என்று அம்மா தேடிக்கொண்டு அலைவார். மரத்தின் உச்சியில் அமைதியாக அமர்ந்திருப்பார் சத்குரு. மற்ற பையன்கள் மிகத் தீவிரமாக பாடப் புத்தகங்களை படித்துக்கொண்டு இருக்க, சத்குருவிற்கு படிப்பின் மீது ஈடுபாடு இல்லை. ஆனால், கால்பந்து, கபடி, கிரிக்கெட் என்று விளையாட்டுக்களில் அதிக ஆர்வம் காட்டினான்.

சத்குருவிற்கு அசாத்திய நினைவாற்றல். ஒரு விஷயத்தை ஒருமுறை கேட்டாலே போதும். அப்படியே மனதில் பதிந்துவிடும். எனவே, கேட்டதை வைத்தே பரீட்சை எழுதி, தேர்வாகி, உயர் வகுப்புகளுக்குச் சென்றார். பாடப் புத்தகங்களை மரத்தின் கீழ் வைத்துவிட்டு, உயரே கிளையில் எப்போதும் அமர்ந்திருக்கும் சத்குரு, பள்ளி மணி அடித்து, வீட்டுக்குப் போகும் ஆர்வத்தில் எழும் பிள்ளைகளின் ஆரவாரத்தைக் கேட்டுத்தான் வேறு ஓர் உலகிலிருந்து திடுக்கிட்டு எழுவது போல் கண் திறந்து இறங்கி வருவார்.

பிள்ளையின் இந்த போக்கைப்பற்றி மிகவும் கவலைப்பட்டனர் அம்மா சுசீலாவும் அப்பா வாசுதேவும். அம்மா சுசீலா, இறைபக்தி மிக்கவர். தனது இளம் வயதிலேயே சுசீலா, நந்தி மலையில் இருந்த ஒரு ஞானியிடம் தீட்சை பெற்றிருந்தார். எனவே, அந்த வகையில் அம்மா மீது அதிக பிடிப்பும் மரியாதையும் சத்குருவிற்கு உண்டு.

எப்போதும் மரத்தின் மீது அமர்ந்து, இந்த உலகத்தை மறந்து வேறொரு தளத்தில் அமர்ந்திருக்கும் சத்குருவை பார்க்கும்போது, பெரும் கவலை அவரின் மனதைச் சூழ்ந்துகொண்டது. "நல்லா படிச்சாத்தான் டாக்டராக முடியும்" என்று தனது கனவை சத்குரு மனதில் விதைக்க முயற்சித்தார் டாக்டர் வாசுதேவ். ஆனால்

சத்குருவிற்கு, இதைப்பற்றியெல்லாம் பெரிய அக்கறை இல்லை. நிறைய விஷயங்களைத் தெரிந்துகொள்ள வேண்டும் என்ற ஆர்வமே மேலோங்கி நின்றது. வீட்டுக்கு வரும் உறவினர்கள், அப்பாவின் நண்பர்கள் மற்றும் ஆசிரியர்களிடம் எல்லா துறை தொடர்பான கேள்விகளையும் கேட்க, பதில் சொல்வதற்குப் பலர் திணறிக்கொண்டு இருந்தார்கள். அந்தக் கேள்விகளுக்குள் அறிவுத் தேடல் புதைந்திருந்தது. சத்குரு கேட்கிற கேள்விகளுக்குப் பதில் சொல்ல முடியாமல் தலைமறைவானவர்களும் உண்டு.

ஒவ்வொரு வகுப்பாக உயர, உயர, சத்குருவின் படிப்பும் துடிப்பும் அதிகமாகிக்கொண்டே போயின. மனதில் ஓயாத எண்ண அலைகள். ஏதோ சாதிக்கப் பிறந்த தான் காலத்தை விரயம் செய்துகொண்டு இருக்கிறோமோ என்ற ஆதங்கம். பத்தாவது படிக்கும்போது சத்குரு படித்த காரல் மார்க்ஸின் தாஸ் காபிடல் புத்தகம் மிக நல்ல தாக்கத்தை ஏற்படுத்தியது.

சமுதாயத்தின் தாழ்நிலையில் இருக்கும் கணிசமான மக்களை கைதூக்கிவிட்டு, சமத்துவ சமுதாயத்தை உருவாக்க வேண்டும் என்று சத்குருவிற்கு தோன்றியது. உள்ளூரில் இருந்த பொதுவுடைமைத் தோழர்களுடன் நட்புகொண்ட சத்குரு, அவர்களது பொதுக்கூட்டங்களில் பங்கு பெறுவது, கூட்டங்களுக்கான

போஸ்டர்கள் ஒட்டுவது என்று பொதுவுடைமை இயக்கத்தில் ஆர்வமாகச் செயல்பட்டார்.

இந்த நிலையில், பழுத்த பழமாய் இருந்தாலும், சிங்கத்தின் கம்பீரத்துடன் இருந்த மலாடிஹள்ளி சுவாமிகளிடம் சிறு வயதில் தான் கற்றுக்கொண்ட யோகப் பயிற்சிகளை மட்டும் சத்குரு தவறாமல் செய்துவந்தார். தினசரி அந்தப் பயிற்சிகளைச் செய்யத் தவறாத சத்குருவிற்கு ஆன்மிகம் தொடர்பான தேடல்கள் ஏனோ ஏற்படவில்லை. அதற்கு மாறாக, மக்களின் ஏற்றத்தாழ்வு தொடர்பான சிந்தனைகளும் கேள்விகளுமே மனதை ஆக்கிரமித்தன. இந்த நிலையில் புதுமுக வகுப்பில் (பி.யு.சி) தேர்வாகி பட்டப்படிப்புக்குத் தகுதி வாய்ந்தவரானார் சத்குரு.

சரிவர வகுப்புகளுக்குப் போகாவிட்டாலும், பி.யு.சியில் சத்குரு தேர்வு பெற்றது குறித்து டாக்டர் வாசுதேவுக்கு மகிழ்ச்சி. தனது கனவு நனவாகும் வகையில், சத்குருவைத் தயார் செய்ய வேண்டிய தருணம் வந்துவிட்டதே என்ற ஆர்வம் பெருக்கெடுக்க, "மெடிக்கல் சீட் முயற்சி பண்ணணும்" என்றார். "'மெடிக்கலா..? வேண்டவே வேண்டாம்" என்றார் சத்குரு. "அப்போ, வேறு எந்தத் துறையிலாவது படித்து முன்னேற வேண்டுமா? உனக்கு எது பிடிக்கிறதோ, அதில் பட்டப்படிப்பு படி" என்றார் தந்தை. "பட்டப்படிப்பா..? எனக்கு அது போன்ற எண்ணமே கிடையாது; உங்களுக்கும் வேண்டாம்" என்று வந்த பதிலில் அதிர்ச்சியாகி நின்றார் டாக்டர் வாசுதேவ்.

வெளிச்சக் கீற்று!

11

சத்குரு மருத்துவம் படிக்க ஆர்வம் காட்டாமல் இருந்ததைக் குறித்த வருத்தம் ஏற்கனவே அவருடைய அப்பா வாசுதேவ் மனதில் ஒரு சுமையாக இருந்தது. இந்நிலையில் பட்டப்படிப்பிலும் விருப்பம் இல்லை என்று சத்குரு சொன்னது அவர் மனதில் பேரிடியாக இறங்கியது. இருந்தும் மகனை அவன் போக்கிலேயே விட்டுப் பிடிக்க வேண்டும் என்ற எண்ணத்தில், சோகத்தை அழுத்திக்கொண்டு வற்புறுத்தாமல் விட்டுவிட்டார். பட்டப்படிப்பை வேண்டாம் என்று சத்குரு சொன்னதற்குக் காரணம், செல்வச் செழிப்பில் வளர்ந்த மதர்ப்பினால் அல்ல. அவரது அறிவுத் தாகத்தை தணிக்கும் கல்வி முறை, நடைமுறையில் இல்லை என்பதே அவரது முடிவு.

கல்லூரிக்குப் போகவில்லையே தவிர, சத்குரு நேரத்தை வீணடிக்கவில்லை. நூலகமே அவரது கல்லூரிச் சாலையானது. காலையில் வீட்டில் சாப்பிட்டுவிட்டு நூலகத்துக்குப் போய்விடுவார். மேற்கத்தியத் தத்துவ அறிஞர்களின் புத்தகங்களைப் படிப்பதில் அவருக்கு அதீத ஆர்வம். ஆங்கில இலக்கியம், ரசாயனம் மற்றும் பௌதீகம் தொடர்பான புத்தகங்களையும் நிறையப் படித்தார். படிப்பு, உலக அறிவைக் கொண்டுவந்து கொட்ட, ஆங்கிலக் கவிதைகளை ரசிக்கும் ஆற்றலுடன் கவிதை புனையும் கற்பனையும் சத்குருவிற்குப் பீறிட்டெழுந்தது. இரவு, பூட்டும் கையுமாக நூலகர் அவரது இருக்கையிலிருந்து எழும்போதுதான் சத்குருவிற்கு வீட்டு ஞாபகமே வரும்.

சுமார் ஒரு வருடம் இப்படி நூலகத்தில் தனது அறிவுப் பசிக்குத் தீனி போட்டார் சத்குரு. அதற்குள் அடுத்த கல்வி ஆண்டும் வந்துவிட்டது. மறுபடியும் அப்பாவின் வற்புறுத்தல் ஆரம்பமானது. இந்த முறை உறவினர்கள், நண்பர்கள் என்று எல்லோரும் கல்லூரியில் படிக்கச் சொல்லி சத்குருவை வற்புறுத்தினார்கள். இதன் காரணமாக பட்டப்படிப்பு படிப்பதற்கு ஒப்புக்கொண்டார் சத்குரு. ஆங்கில இலக்கியம் படிப்பது என்று முடிவாயிற்று. ஆனால் படிக்க ஒப்புக்கொண்டபோதே மற்றொரு நிபந்தனையாக, "எந்தக் காரணம் கொண்டும் வேலைக்குப் போக மாட்டேன்" என்றும் தெளிவாகச் சொல்லிவிட்டார். மகன் படிக்க ஒப்புக்கொண்டதையே பெரிய விஷயமாகக் கருதிய வாசுதேவ், இந்த நிபந்தனை குறித்துப் பெரிதாக எடுத்துக்கொள்ளவில்லை.

சத்குருவின் கல்லூரிப் படிப்பு ரொம்பவே வித்தியாசமாக அமைந்தது. பேராசிரியர்கள், புத்தகங்களிலிருந்து குறிப்புகளை எடுத்துப் படித்துக்கொண்டு இருந்தார்கள். அந்தக் குறிப்புகளை மாணவர்கள் எழுதிக்கொள்ள வேண்டும் என்று எதிர்பார்த்தார்கள். சத்குருவிற்கு இந்த நடைமுறை துளியும் பிடிக்கவில்லை. "ஆங்கில இலக்கியம் கற்றுக்கொடுக்கும் பேராசிரியர்கள், தங்கள் சுய சிந்தனைகளிலிருந்து உருவாகும் கருத்துக்களை, புத்தகங்களில் இருக்கும் கருத்துக்களோடு கலந்து கொடுத்தால்தானே மாணவர்களுக்கும் புதிய விஷயம் கிடைக்கும். புத்தகத்தில் இருப்பதை மட்டும் அப்படியே சொன்னால், புதிய சிந்தனைகளுக்கு வாய்ப்பே இல்லையே!" என்று ஏக்கத்தை வெளிப்படுத்தி, பல கேள்விக் கணைகளைத் தொடுத்தார். இதனால் பேராசிரியர்களுக்கும் சத்குருவிற்கும் இடையே பலத்த வாக்குவாதங்கள் எழுந்து, சண்டையில் போய் முடிந்தது. இறுதியில் சத்குருவிற்கும் பேராசிரியர்களுக்கும் இடையே ஓர் ஒப்பந்தம் உண்டானது.

"ஏற்கனவே ஆங்கில இலக்கியத்தில் தெளிந்த அறிவுகொண்ட சத்குரு, வகுப்புகளுக்கு வர வேண்டியதில்லை. ஆனால் வருகைப் பதிவு வழங்கப்படும். இறுதியில் தேர்வு எழுத மட்டும் வந்தால் போதும்" இதுதான் அந்த ஒப்பந்தம்.

வகுப்புகளுக்குப் போக வேண்டிய அவசியம் இல்லாததால் சத்குரு ஒழுங்காக தினமும் கல்லூரிக்குப் போகத் துவங்கினார். கல்லூரியின் முன்பிருந்த பரந்த புல்வெளி அவரது ராஜ்யமானது. காலையில் போய், ஒரு மரத்தின் நிழலில் உட்கார்ந்துகொள்வார். எண்ணங்கள் பந்தயக் குதிரையாகப் பாய்ந்தோட, தான் எந்த இடத்தில் உட்கார்ந்திருக்கிறோம் என்பதேகூட சில சமயம் அவருக்கு மறந்துவிடும். அவ்வப்போது மாணவர்கள் வருவார்கள். தாங்கள் சந்திக்கும் பல பிரச்னைகளுக்கு அவரிடம் ஆலோசனை கேட்பார்கள். காதல், பணத் தட்டுப்பாடு, பெற்றோர்களின் கெடுபிடிகள், தேர்வு பயம் என்று பல பிரச்னைகள் சத்குருவின்

ஆலோசனைக்காகக் கொண்டுவரப்படும். எல்லாவற்றையும் அலசி ஆராய்ந்து அறிவுரை வழங்கினார் சத்குரு. கல்லூரியின் அந்தப் புல்வெளி ஒரு கவுன்சிலிங் சென்டராகவே மாறிவிட்டது. மாணவர்கள் மத்தியில் புத்திசாலித்தனம் கொண்ட ஹீரோவாக உருவெடுத்தார் சத்குரு.

கல்லூரி விடுமுறை நாட்களில் மோட்டார் பைக்கை எடுத்துக்கொண்டு பறந்துவிடுவார். சுற்றியுள்ள மலைப் பிரதேசங்கள், காடுகள் எல்லாம் அவருக்கு அத்துப்படி. மலை முகடுகளுக்குச் சென்று ஏகாந்தமாக அமர்ந்துகொள்வார். மணிக்கணக்கில் தியானம் செய்வார். மலாடிஹள்ளி சுவாமிகள் கற்றுக்கொடுத்த யோகாசனத்தையும் பிராணாயாமத்தையும், திருப்தியளிக்கும்விதத்தில் செய்து அனுபவப்பட கானகச் சூழ்நிலை மிகவும் உகந்ததாக

இருந்தது. இப்படி மோட்டார் பைக் பயணத்துக்கு வீட்டில் பணம் கேட்க சத்குரு விரும்பவில்லை. அவரது பணத்தேவைக்கு கை கொடுத்தன பாம்புகள்.

வீட்டின் அருகிலிருந்த மத்திய அரசு நிறுவன வளாகத்தில் நிறைய பாம்புத் தொல்லை. அதன் நிர்வாகிகளுக்கு பாம்பு பிடிப்பவர்கள் தேவைப்பட்டார்கள். சத்குரு அவர்களுக்குக் கை கொடுத்தார். ஏராளமான பாம்புகளை அந்த வளாகத்திலிருந்து பிடித்து அருகிலிருந்த காடுகளில் விட்டு விடுவார். இதனால் வீட்டின் உதவி

இல்லாமலேயே, சத்குருவின் பணத் தேவை பூர்த்தியானது. அதே சமயம், பாம்பு பிடிப்பது ஒரு பொழுது போக்காகவும் அமைந்தது.

இதற்கிடையில் மூன்றாவது ஆண்டு இறுதித் தேர்வு வந்தது. எவ்விதக் கவலையும் அச்சமும் இல்லாமல் தேர்வில் கலந்துகொண்ட சத்குரு, நல்ல மதிப்பெண்களோடு தேர்ச்சி பெற்று பட்டதாரி ஆனார். அப்பா வாசுதேவ் மற்றும் உறவினர்கள், சத்குரு பட்ட மேற்படிப்பு படிப்பார் என்று ரொம்பவே எதிர்பார்த்தார்கள். ஆனால், பட்ட மேற்படிப்பு பாடங்களையும் ஏற்கனவே படித்துவிட்ட சத்குருவிற்கு தொடர்ந்து மேலே படிக்க விருப்பமில்லை. எனவே, வழக்கம் போல காலையில் சாப்பிட்டுவிட்டு பைக்கில் தன் போக்கில் பயணித்துக்கொண்டு இருந்தார். அப்படி ஒரு நாள் கிளம்பும்போது, வாசுதேவ் மகனை மடக்கினார். "மேற்கொண்டு என்ன செய்வதாக உத்தேசம்?" என்று பொறுமையாகக் கேட்டார். சில நொடிகள் பேசாமல் இருந்த சத்குரு பின்னர் உறுதியாக, "ஒரு தொழில் துவங்கலாம் என்றிருக்கிறேன்" என்றார். வாசுதேவுக்கு மிகுந்த சந்தோஷம்.

உற்சாகம் பெருக்கெடுக்க, ''சபாஷ்... என்ன தொழில் செய்யப்போறே..? ஏதாவது பணம் வேண்டுமானால் சொல்லு" என்றார். "ஒரு கோழிப்பண்ணை துவங்கலாம்னு இருக்கேன்" என்றார் சத்குரு. வாசுதேவின் உற்சாகம் ஊசி குத்திய பலூனாகிப்போனது. தன் மகன் கோழிப்பண்ணை நடத்தப்போவது தன் கௌரவத்துக்கும் செல்வச் செழிப்புக்கும் சற்றும் பொருந்தி வராதே என்று கவலைப்படத் துவங்கினார். நண்பர்கள், உறவினர்கள் மூலமாக சத்குருவின் மனதை மாற்ற முயன்றார். ஆனால் சத்குரு எடுத்த முடிவில் உறுதியாக இருந்தார். வேறு வழியில்லாமல் சத்குருவிற்கு சிறிது பண உதவி செய்தார். வழக்கம் போல, நண்பர்களும் சத்குருவிற்கு நிதியுதவி செய்தனர்.

கோழிப்பண்ணை உருவாக்குவதில் தன் முழுக் கவனத்தையும் செலுத்தினார். இடங்களைச் சீர்படுத்தி கூரைக் கொட்டகைகள் போடுவது முதல் கூண்டுகள் செய்வது வரை, தன்னுடைய ரசனைக்கேற்ப அழகாக உருவாக்கினார். பண்ணைக்கான இடத்தைச் சீர்படுத்தும்போது ஏராளமான பாம்புகளும் பிடிபட்டன. சுமார் 3000 கோழிகள் பண்ணையில் இருந்தன. வீட்டிலிருந்து கோழிப்பண்ணைக்கு பேருந்தில்தான் செல்வார். ஆனால், மூன்று நான்கு கி.மீ முன்னரே உள்ள நிறுத்தத்தில் இறங்கிவிடுவார். இப்படிப்பட்ட சிக்கன நடவடிக்கையால் கிடைக்கும் பணத்தை கோழிப் பண்ணையின் வளர்ச்சிக்காகச் செலவிட்டார். பண்ணையும் வெற்றிகரமாக நடந்தது. ஆனாலும் மற்றவர்கள் சத்குருவை பரிதாபத்துடன்தான் பார்த்தார்கள். யாருக்குமே, தான் கோழிப்பண்ணை நடத்துவதில் விருப்பமில்லை என்பதை

உணர்ந்துகொண்டாலும் சத்குருவின் ஈடுபாடு சிறிதும் குறையவில்லை.

இந்த நிலையில் சமூக சேவையிலும் அவரது மனம் நாட்டம்கொண்டது. வீட்டின் அருகே இருந்த சேரி மக்களுக்கு ஏதாவது செய்ய வேண்டும் என்ற ஆர்வம் காரணமாக, அங்கே சென்று சேவைப் பணிகளில் ஈடுபட்டார். அவர்களுக்கு சுகாதாரத்தின் அவசியத்தைச் சொல்லித்தந்தார். அந்தப் பகுதிக் குழந்தைகளுக்கு மகாத்மா நிகேதன் என்ற பள்ளியைத் துவங்கினார். பள்ளிக் குழந்தைகளுக்கு மதிய உணவாக முட்டை வழங்கினார். ஒவ்வொரு வீட்டுக்கும் விதைகளைக் கொடுத்து, வீட்டுத் தோட்டம் அமைக்க உதவி செய்தார். இதற்கிடையில் நண்பர் ஒருவருடன் கூட்டு சேர்ந்து கட்டிடத் துறையில் இறங்கினார். அந்தத் தொழிலும் வெற்றிகரமாக நடந்தது. வாடிக்கையாளர்கள் முற்றிலும் திருப்தியடையும்விதத்தில் வீடுகளைக் கட்டித் தந்தார். சத்குருவின் வெற்றிகரமான வாழ்க்கையைப் பார்த்து, குடும்பத்தினர் குதூகலப்பட்டபோதுதான் அந்த திருப்பம் நிகழ்ந்தது.

வியக்க வைத்த விடியல்!

12

அது ஒரு மதிய நேரம். சாமுண்டி மலையின் ஒரு மர நிழலில், ஜகதீஷின் மோட்டார் பைக் நிறுத்தப்பட்டு இருந்தது. அந்தப் பகுதியே அமைதியின் ஆளுகைக்கு வந்துவிட்டது போல்... அப்படியொரு நிசப்தம். மரத்தில் ஆடும் கிளைகள்கூட, யாருடைய கட்டளைக்கோ அடிபணிந்து செயல்படுவதுபோல் அமைதி காத்தன.

சாலையோரத்தில் ஒரு பாறையில் அமர்ந்திருந்தார் சத்குரு. அங்கிருந்து பார்த்தால் கீழே சாலையில் வாகனங்கள் செல்வது நன்றாகத் தெரியும். அப்போதுதான் சத்குருவிற்கு அந்த அனுபவம் ஏற்பட்டது.

கண்கள் திறந்திருக்க, திடீரென்று தான் அமர்ந்திருக்கும் பாறையும் தானும் வெவ்வேறு அல்ல, ஒன்று என்று உணர்த்தும் அனுபவம். அதுமட்டுமா, சலசலக்கும் காற்று, தாலாட்டும் மரக்கிளைகள், கூவும் பறவைகள், ஓடும் மேகங்கள், எல்லாவற்றோடு தானும் ஐக்கியமாகிவிட்ட அனுபவம்.

பலமுறை சாமுண்டி மலைக்கு வந்திருக்கிறார், சத்குரு. அதே பாறையில் அமர்ந்துகொண்டு இயற்கையை ரசித்திருக்கிறார். தியானத்திலும் ஆழ்ந்திருக்கிறார். எனினும் இப்படிப்பட்ட அற்புத அனுபவம் இதுவரை அவருக்கு ஏற்பட்டதில்லை. இந்தப் பூமியின் அனைத்து இயக்கங்களும் தன்னில் ஒன்று கலந்துவிட்ட அனுபவம். சத்குருவின் கண்கள் திறந்துதான் இருந்தன. அந்த அற்புத அனுபவத்தில் ஒரு சில நிமிடங்கள்தான் மூழ்கி

இருந்திருப்போம் என்று எண்ணியவாறு சத்குரு கைக்கடிகாரத்தைப் பார்த்தபோது, நான்கு மணி நேரங்களுக்கும் அதிகமாக அந்த அனுபவக் கடலில் குளித்திருந்தது தெரிய வந்தது.

இதுபோன்ற நிகழ்வுகள் தொடர்ந்தன. சில சமயம் படுக்கையில் அமர்வார். அந்த நிலையில் மற்றொரு உலகம் விரியும். அந்த மற்றொரு உலகத்திலிருந்து மீண்டு வருவதற்குள், பொழுது புலர்ந்துவிடும். தனக்குள் நிகழ்ந்திருக்கும் இந்த மாற்றங்கள் குறித்து யாரிடமாவது கேட்டுத் தெரிந்துகொள்ள வேண்டுமென்று தோன்றவில்லை. இந்த நிலையில் காடுகளையும் மலைகளையும் நோக்கிய சத்குருவின் பயணம் தொடர்ந்தது. ஏற்கனவே நாம் சொன்ன சுவாமி நிர்மலானந்தா தொடர்புடைய சம்பவம், அந்தச் சமயத்தில்தான் பிலஹரி ரங்கண்ணா மலையில் நடந்தது. வியப்படைய வைத்த அந்தச் சம்பவத்துக்குப் பிறகு வருடத்துக்கு இருமுறையேனும், சுவாமி நிர்மலானந்தா ஆஸ்ரமம் சென்று வருவதை வழக்கமாகக்கொண்டார் சத்குரு.

காடு, மலைகளில் பயணம் மேற்கொண்டபோது, பல மகான்களையும், ஞானிகளையும் சந்திக்கக்கூடிய வாய்ப்பு சத்குருவிற்க்கு கிடைத்தது. ஒருமுறை அக்தர் பாபா என்ற இஸ்லாமிய ஞானியைச் சந்தித்தார். சத்குருவின் கையை நீட்டச் சொன்னார் அவர். எலுமிச்சையை வைத்துக் கசக்கினார். பாலாய் வந்தது. அந்தப் பாலை அருந்தச் சொன்னார் துறவி. பருகினால் இனிப்பாய் இருந்தது. ஒரு நாளுக்கும் மேல் அக்தர் பாபாவுடன் இருந்தார் சத்குரு. சாமுண்டி மலையில் தனக்கேற்பட்ட அனுபவம் பற்றி அவரிடம் கேட்டார் சத்குரு. ஆனால் அந்தத் துறவி அவரது கேள்விக்கு பதில் சொல்லவில்லை. சத்குருவின் முதுகில் வாஞ்சையுடன் தட்டி, ஒரு ஆனந்தச் சிரிப்பை மலரவிட்டார், அக்தர் பாபா.

அதேபோல் விஸ்வேஸ்வரய்யா என்ற மகானையும் சந்தித்தார். அறிவைப் பயன்படுத்தி அந்த அனுபவங்களை ஆராயாமல், உணர்ந்து அனுபவித்ததை அப்படியே ஏற்றுக்கொள்ளும்படி அறிவுறுத்தினார் அந்த மகான். அக்கம் பக்கத்தில் உள்ள யோக மையங்களுக்குச் சென்று அங்கிருந்த ஆசிரியர்களிடம் தனக்கு ஏற்பட்ட அனுபவங்கள் குறித்துக் கேட்டார். ஆனால், அவர்களுக்கு ஒன்றும் தெரியவில்லை. தங்களுடைய குருவுக்கு ஞானம் மலர்ந்தபோது இத்தகைய அனுபவங்கள் ஏற்பட்டதாக அவர்கள் கேள்விப்பட்டிருந்தார்கள். உள்ளூரில் இருந்த யோகா வகுப்புகளுக்குப் பணிபுரிய அழைத்தார்கள். யோகக் கலை சொல்லிக்கொடுக்கும் பல குருமார்களைச் சந்தித்தார் சத்குரு. அவர்கள் ஞானம், தெளிவு என்று நிறையவே பேசினார்களே தவிர, யாருக்கும் சத்குருவிற்கு உண்டானது போன்ற அனுபவம் இல்லை. ஆனால், சத்குருவிற்கு அனுபவம் நேர்ந்தது. அதை விளக்க வார்த்தை வரவில்லை.

நாட்கள் போகப் போக, தனக்குள் ஏதோ ஒரு மாற்றம் உருவாகியிருப்பதை உணர முடிந்தது. பார்க்கும் எந்தப் பொருளும் தன்னுள் ஐக்கியமாவது போன்ற நிலை. தான் ஏதோ புதிய அவதாரம் எடுத்திருப்பதாகவே உணரத் துவங்கினார் சத்குரு. இன்னும் ஏதோ ஒன்றை அடையவே இந்தப் பிறவியில் தான் பிறந்திருக்கிறோம் என்று அடிக்கடி தோன்றி மறைய, பல சமயங்களில் எந்தவித வேலையும் செய்யாமல், கண் விழித்தபடி பல மணி நேரம் இருப்பது வாடிக்கையாயிற்று.

தனக்குள் ஒன்று மேன்மையாக அரும்புவிட்டிருப்பதும், அது மலர்ந்து மணம் வீசும் வகையில் செயல்பட, நிறைய பணிகள் காத்திருப்பதையும் நன்கு உணர்ந்துகொண்டார் சத்குரு.

சில உறுதியான முடிவுகளை எடுக்க வேண்டிய நிர்பந்தம் உருவானது. கோழிப்பண்ணை, கட்டிடம் கட்டுதல் போன்ற தொழில்களை ஐந்து வருடத்துக்கு நிறுத்துவது என்று முடிவெடுத்தார். அடுத்த சில மாதங்களுக்கு, காசி, புத்த கயா, பத்ரிநாத், ஹரித்வார், ரிஷிகேஷ் போன்ற புண்ணிய பூமிகளுக்கு பயணம் மேற்கொண்டார். ஒவ்வோர் இடத்திலும் விதவிதமான அனுபவங்கள். சராசரி மனித நிலையிலிருந்து தான் அடிக்கடி வேறுபட்டு, பல மேம்பட்ட தளங்களில் சுற்றி வந்த அனுபவம் அவருக்கு உண்டாயிற்று. குளிர், பனி போன்றவற்றிற்கு கவலைப்படாமல் அவரது பயணம் தொடர்ந்தது. பல நாட்கள் சாப்பாட்டைப் பற்றிக் கவலைப்படாமல் பட்டினியுடன் சுற்றிவந்தார் சத்குரு.

சில ஆசிரமங்களுக்குப் போனபோது, அங்கிருந்த பழுத்த சாமியார்களும், மகான்களும் சத்குருவைப் பார்க்கும்போது, கொஞ்சம் வித்தியாசமாகவும் ஆச்சர்யத்துடனும் பார்த்தார்கள். தனக்கு உண்டாகும் அனுபவங்களை அவர்களிடம் சொன்னபோது, ''ஒரு குறிப்பிட்ட பணிக்காகவே நீ இந்தப் பிறவியில் அவதரித்திருக்கிறாய். இன்னும் சில காலம் கழித்து, அதற்கான காரணம் உனக்கு புரியும்'' என்று சொன்னார், இமயமலையில் சந்தித்த ஒரு துறவி.

சில இடங்களுக்குச் செல்லும்போது சத்குருவிற்கு வித்தியாசமான அனுபவங்கள். மைசூருக்கு அருகில் கோம்மட்டி கிரி என்றொரு மலை. அங்கே 18 அடி உயரத்தில் நிர்வாணமாக கோமதீஸ்வரர் சிலை இருக்கிறது. இந்த சிலையின் முன் நிற்கும்போதெல்லாம், தானும் நிர்வாணமாக நிற்பது போன்றே தோன்றும் சத்குருவிற்கு. வழக்கம் போல காடு, மலையைச் சுற்றி, நள்ளிரவு ஊர் திரும்பிக்கொண்டு இருந்தார். மோட்டார் பைக் காற்றைக் கிழித்தபடி விரைந்துகொண்டு இருந்தது. திடீரென்று தன் இரண்டு கால்களும், முழங்காலுக்குக் கீழே வெட்டப்பட்டுவிட்டதோ என்ற உணர்வு. ஆனால், பைக் என்னவோ சென்றுகொண்டு இருந்தது. கைகளால் முழங்காலை அசைத்துப் பார்த்தால் அந்தரத்தில் நிற்பது போலவே ஓர் உணர்வு. இதுபோன்ற பல அனுபவங்கள்.

இந்தச் சூழலில்தான் தனியொரு மனிதராக தனது யோக, தியான வகுப்புகளைத் துவக்கினார் சத்குரு. வகுப்புக்கு ஆட்களைச் சேர்ப்பது, இடம் ஏற்பாடு செய்வது என்று பல வேலைகளைத் தனியாகவே செய்து முடித்தார். ஒருநாள் வகுப்பில் சேர ஒரு பெண்மணி வந்திருந்தார். குறுகுறுப்பான கண்களையும் தாண்டி, ஒரு சோகம் முகத்தில் குடிகொண்டு இருந்தது. "பெயர் என்ன?"என்று கேட்டார் சத்குரு. "விஜயகுமாரி" என்றார் அவர்.

வெற்றித் திருமகள்!

13

யோகா என்ற சொல்லுக்கு 'ஒருமை' என்று பொருள். உங்கள் விழிப்பு உணர்வில், எல்லாவற்றையும் ஒன்று என்று உணர்ந்தீர்கள் என்றால், அதுதான் யோகா.

சாமுண்டி மலையில் தனக்குக் கிடைத்த அற்புத அனுபவத்துக்கும் யோகாவுக்கும் நேரடியான தொடர்பு இருப்பதை உணர்ந்தார் சத்குரு. இந்த உலகில் உள்ள ஒவ்வொருவரும் அந்தப் பேரானந்தத்தை அனுபவிக்க வேண்டும் என்ற எண்ணம் மற்றும் உத்வேகம் அவரது மனதை நெருடிக்கொண்டே இருந்தது. சத்குரு அவர்கள் தனியாக யோகா வகுப்பு துவங்கியதற்குக் காரணம் இதுதான். முதலில், ஜகியின் வகுப்பில் சேர்ந்தவர்கள் ஏழு பேர் தான்.

சாமுண்டி மலை அனுபவத்தைத் தொடர்ந்து, சத்குருவின் முற்பிறவி தொடர்பான வாசல்கள் திறந்தன. சுவாசத்துக்குப் புதிய பரிமாணம் தந்த பில்வா, பழனி சுவாமிகளின் அருளோடு ஆக்ஞா சக்கரம் தூண்டப்பட்ட சிவயோகி, 'மீண்டும் வருவேன்' என்று சொல்லி உடலில் உள்ள ஏழு சக்கரங்களின் வழியாக ஒளி வடிவாக உடலைவிட்டு வெளியேறிய சத்குரு ஸ்ரீ பிரம்மா அவர்களது வழியில், தான் வந்திருப்பதை சத்குருவின் உள்ளுணர்வு பளிச்சென எடுத்துக்காட்டியது.

தனது இந்தப் பிறவிக்குப் பின்பலமாக 400 ஆண்டு கால வரலாறு இருப்பது தெரிந்தது. இதனால் பல பழைய தொடர்புகளைப் புதுப்பித்துக்கொண்டார். பல மனிதர்களை அடையாளம்

கண்டுகொண்டார். தான் இந்தப் பிறவி எடுத்ததே, மனிதன் தனக்குள் இருக்கும் ஆற்றலை உணர்ந்துகொள்ள வழிகாட்டும் தியான லிங்கத்தை ஸ்தாபிப்பதுதான் என்பது நன்றாகப் புரிந்துவிட்டது சத்குருவிற்கு.

இந்தச் சூழ்நிலையில்தான் விஜயகுமாரி யோகா வகுப்பில் சேர வந்தார். அவரைப் பார்த்தவுடன் ஜகிக்கு சென்ற பிறவியில் அவருடனான தொடர்பு பளிச்சென மின்னலிட்டது. ஆம்! சென்ற முறை சத்குரு ஸ்ரீ பிரம்மாவாக அவதரித்தபோது, விஜயகுமாரி அவரது சகோதரியாக இருந்தவர். அண்ணன் மீது பாசமழை பொழிந்தவர் அவர். ஆனால் நாளின் பெரும்பகுதி 'நாகா' துறவிகள் போல் ஸ்ரீ பிரம்மா நிர்வாணமாகத்தான் உலவிக்கொண்டு இருப்பார். இந்த நிலை காரணமாக, சகோதரியால், சத்குருவுடன் நெருங்கிப் பழக முடியவில்லை. அந்த பாசமலர் தான் இந்தப் பிறவியில் விஜயகுமாரியாக பிறப்பெடுத்துள்ளது என்பது சத்குருவிற்குப் புரிந்தும், அதைப்பற்றியெல்லாம் அவர் விஜயகுமாரியிடம் கேட்டுக்கொள்ளவில்லை.

வங்கியொன்றில் பணிபுரிந்துகொண்டு இருந்த விஜிக்கு சிறிய வயதில் திருமணமாகிவிட்டது. ஆனால் மணவாழ்க்கை நீடிக்கவில்லை. விவாகரத்தில் முடிந்துவிட்டது. அவரது மனம் கொந்தளிக்கும் அலைகடலானது; செயல்களில் பதட்டம் தலைகாட்டியது. இந்த சூழலில்தான் சத்குருவின் யோகா வகுப்பில் வந்து சேர்ந்தார் விஜி. இந்த வகுப்புகள் சோகத்தின் எல்லையில் இருந்த விஜிக்கு, ஆனந்தத்தையும் நிம்மதியையும் கொடுத்தன. பக்கவாத நோயால் பாதிக்கப்பட்டிருந்த விஜியின் தந்தையும் யோகா வகுப்புகளில் சேர்ந்து நோயிலிருந்து விடுபட்டார். யோகா மூலம் தனக்குக் கிடைத்த பேரானந்தம், மற்றவர்களுக்கும் கிடைக்க உதவ வேண்டும் என்ற ஆவல் விஜியின் மனதில் எழுந்தது. எனவே உயர் வகுப்புகளில் சேர்ந்து பயிற்சி பெற்றதோடு, ஆசிரியர்களுக்கான பயிற்சியிலும் சேர்ந்துகொண்டார். ஜகியையும் உள்ளத்தால் நெருங்கினார்.

ஒருமுறை விஜி, சத்குரு அவர்களுக்கு ஒரு கடிதம் எழுதியிருந்தார். ஜகியுடனான தொடர்பு, தனக்குள் இனம் புரியாத உணர்வுகளை தூண்டி விட்டிருப்பதாக எழுதியிருந்தார். கடிதத்தின் துவக்கத்தில் 'அன்புள்ள சகோதரா' என்று எழுதியிருந்ததுதான் ஆச்சர்யம்.

இந்த நிலையில் தியான லிங்கம் தொடர்பான பணிகளை நோக்கி அடுத்த கட்டத்துக்குப் போக வேண்டிய அவசியத்தை உணர்ந்தார் சத்குரு. ஒரு கிரஹஸ்த சந்நியாசியால் மட்டுமே தியான லிங்கம் அமைக்க முடியும் என்று புராணங்களில் சொல்லப்பட்டிருந்தது. தன்னை திருமணம் செய்துகொள்ள வற்புறுத்தி வந்த பெற்றோரிடம் தான் திருமணம் செய்துகொள்ளத் தயார் என்பதைச் சொன்னார்.

அடுத்த இரண்டு வாரங்களில் விஜியை அழைத்தார் சத்குரு. “நீதான் என் மனைவி” என்றார். எந்த விதமான அதிர்ச்சியையும் காட்டாமல், கண்களாலேயே தன் சம்மதத்தைத் தெரிவித்தார் விஜி. மகாசிவராத்திரி அன்று கர்நாடக மாநிலம் கூர்க்கில் உள்ள ராமேஸ்வர் கோயிலில் எளிய முறையில் நடந்தது ஜகிவிஜி திருமணம். திருமணம் தொடர்பான எந்தவிதமான சடங்குகளும் இல்லை. மாலைகூட மாற்றிக்கொள்ளவில்லை. இருவருக்கும் இடையே ஒரு தெய்வீக உறவு அடிநாதமாக இருந்ததால் சடங்குகளுக்கான அவசியம் ஏதுமில்லை என்று சொல்லிவிட்டார் சத்குரு.

இந்த திருமணத்தை விஜியின் குடும்பம் ஏற்றுக்கொண்டு விட்டது. ‘இந்த இரண்டாவது வாழ்க்கையாவது மகளுக்கு சிறப்பாக அமையட்டும்’ என்று முழுமனசுடன் ஆசிர்வதித்தனர் விஜியின் பெற்றோர். சத்குரு, தன் வீட்டுக்கு அருகிலேயே தனி வீடு பார்த்துக் குடியேறினார்.

திருமணமானவுடன், தியானத்திலும் யோகத்திலும் அதிக நேரம் செலவிடத் துவங்கினார் சத்குரு. காலையில் விஜி சமைத்து வைத்துவிட்டு தனது வங்கிப் பணிக்குச் சென்றுவிடுவார். நாட்கள் செல்லச் செல்ல, உணவு, உறக்கம் போன்றவற்றின் மீது ஆர்வம் குறைந்துகொண்டே வந்தது. நேரம் கிடைக்கும்போதெல்லாம் விஜியுடன் பிலஹரி ரங்கண்ணா மலைக்குச் சென்று சுவாமி நிர்மலானந்தாவைப் பார்ப்பதை வழக்கமாக நடத்தியிருந்தார் சத்குரு.

முதல் முறை விஜியுடன் சுவாமிஜியைப் பார்த்து வந்த அனுபவம் மறக்க முடியாதது. ஆசிரமத்திலிருந்து திரும்புகையில் காட்டில் ஒரு குறிப்பிட்ட இடத்தைக் கடக்க வேண்டியிருந்தது. பாதையின் பெரும்பகுதியை அடைத்தபடி ஒரு காட்டு யானை நின்று கொண்டிருந்தது. யானையைப் பார்த்ததும், மோட்டார் சைக்கிளின் இன்ஜினை அணைத்துவிட்டார் சத்குரு. விஜி பயந்து நடுங்கிப்போனார். யானை அங்கிருந்து நகர்வதாகத் தெரியவில்லை. சாவகாசமாக மேய்ந்துகொண்டு இருந்தது அது. துணிந்து ஒரு காரியம் செய்ய முடிவு செய்தார் சத்குரு. மரங்களைப் பார்த்தபடி நின்றிருந்தது யானை. அதன் பின்புறத்தையொட்டி சரிவான ஒற்றையடிப் பாதை. மோட்டார் சைக்கிளை அந்த ஒற்றையடிப் பாதையில், இன்ஜினைப் போடாமல் இறக்கினார் சத்குரு. இறக்கத்தில் உருண்டு ஓடி, யானைக்கு அந்தப்புறம் மீண்டும் சாலையில் இணைந்துகொண்டார் சத்குரு. அவர் இப்படி அமைதியாக யானையைக் கடப்பார் என்பதை விஜி சற்றும் எதிர்பார்க்கவில்லை. ஆடிப் போய்விட்டார். நீண்ட காலம் வரை இந்த திடுக் சம்பவத்தை விஜி மறக்கவே இல்லை.

சத்குருவின் யோகா வகுப்புகளின் சிறப்பு, எல்லையோரத் தமிழக நகரங்களுக்கும் பரவியது. தமிழகத்திலும் சில நகரங்களில் வகுப்புகள் துவக்கப்பட்டன. கோவையிலிருந்து சத்குருவின் அன்பர்கள், அவரை அழைத்திருந்தார்கள். அந்த அன்பர்களின் ஆசை கோவையில் பெரிய அளவில் யோகதியான வகுப்புகள் ஏற்பாடு செய்ய வேண்டும் என்பதுதான். மைசூரிலிருந்து அதிகாலையில் கோவை பேருந்து நிலையத்துக்கு வந்திறங்கினார் சத்குரு. ஆட்டோ டிரைவர்கள், மொய்த்துக்கொண்டார்கள். அவர்களை ஒதுக்கிவிட்டு பெட்டியின்மீது அமர்ந்துகொண்டார். சில நிமிடங்கள்தான். அந்த அதிகாலை பேருந்து நிலையச் சத்தம்கூட காதில் விழவில்லை. சுற்றியுள்ள எல்லாமே அவருடன் ஒன்றுபட, ஒரு பின்னோக்கிய பயணம் துவங்கியது.

குருவே சரணம்!

14

அந்த அதிகாலை வேளையில் பேருந்து நிலையத்தின் வழக்கமான பரபரப்புகளோ, கூச்சல்களோ எதுவும் சத்குருவைப் பாதிக்கவில்லை. அவர் மீண்டும் இயல்பு நிலைக்கு வந்தபோது, கிட்டத்தட்ட இரண்டு மணி நேரம் ஆகியிருந்தது. அந்தப் பின்னோக்கிய பயணம், பல கேள்விகளுக்கு விடையாக அமைந்துவிட்டது. எந்த லட்சியத்துக்காக இந்தப் பிறவியில் அவதரித்திருக்கிறாரோ, அந்தத் திசையை நோக்கி சரியானபடி பயணித்து வந்திருப்பது புரிந்தது. தனது முக்கியமான கடமையை நிறைவேற்ற வேண்டிய இடத்துக்கு, தான் வந்திருப்பதை ஜகி உணர்ந்தார். பேருந்து நிலையத்துக்குக் கொஞ்சம் தாமதமாக வந்த அன்பர்கள், அவரை அங்கே, இங்கே தேடிவிட்டு, கடைசியாகத்தான் கண்டுபிடித்தார்கள்.

சத்குருவைச் சுற்றி மிகச் சிறிய அளவில் இயங்கிக்கொண்டு இருந்த அன்பர்களுக்கு, தாங்கள் சத்குருவின் யோகதியானப் பயிற்சிகளின் மூலம் பெற்ற மனமகிழ்ச்சியையும் பேராற்றலையும், மற்றவர்களும் பெறும் அளவுக்கு ஒரு இயக்கமாக மாறி இயங்க வேண்டும் என்ற எண்ணம் வலுவாகவே குடிகொண்டது.

எனவே கரூர், ஈரோடு, திருப்பூர், கோவை ஆகிய இடங்களில் ஆசிரமம் அமைப்பதற்கான இடம் தேடப்பட்டது. அந்தத் தேடல், சத்குருவையும் அன்பர்களையும் வெள்ளியங்கிரி மலை அருகில் கொண்டுசேர்த்தது. அந்தப் பகுதியை நெருங்கிக்கொண்டு

இருக்கும்போதே, ஆசிரமத்துக்கான இடம் கிடைத்துவிட்டது என்று அவரது உள்ளுணர்வு உணர்த்திவிட்டது.

சத்குருவின் குழந்தைப் பருவத்திலிருந்தே அவர் எதைப் பார்த்தாலும், பின்னணியில் சில மலைகள் தெரியும். இதில் வேடிக்கை என்னவென்றால், தனது 16 வயது வரை, எல்லோரது பார்வையிலும் மலைகள் தெரியும் போலிருக்கிறது என்று சத்குரு நினைத்துக்கொண்டு இருந்தார். நண்பர்களிடம் யதேச்சையாக 'உங்களுக்கும் மலைகள் தெரிகிறதா?' என்று கேட்டபோது, அவர்கள் 'உனக்கென்ன பைத்தியமா?' என்று சிரித்தார்கள்.

எப்போதும் கண்களுக்குள் அடிக்கடி காட்சி தந்துகொண்டு இருந்த மலைகளைத் தேடிக் கண்டுபிடிக்க வேண்டும் என்று முடிவு கட்டி, மோட்டார் சைக்கிளில் மேற்குத் தொடர்ச்சி மலைப் பகுதிகளில் பலமுறை பயணித்தார் சத்குரு. ஆனால் கண்களுக்குள் வட்டமிட்டுக்கொண்டு இருந்த அந்த மலைச் சிகரத்தைக் காண முடியவில்லை. பிறகு, கிட்டத்தட்ட 1400 கி.மீ கோவாவிலிருந்து ராமேஸ்வரம் வரை மலைச்சரிவுகளை ஒட்டி பயணம் செய்து தேடினார். ஆனால் சிகரத்தின் தரிசனம் கிடைக்கவில்லை.

வெள்ளியங்கிரி வந்தவுடன், சத்குருவின் உள்ளுணர்வு, சென்ற பிறவிகளில் அந்த மலையுடன் அவருக்குண்டான தொடர்பை பளிச்செனக் காட்டிவிட்டது. அதிலும் குறிப்பாக ஏழாவது மலையைப் பார்த்ததும், சிறு வயதிலிருந்தே தன் பார்வையின் முன்னால் விரிந்த மலைச் சிகரம் இதுதான் என்பது புரிந்தது. ஞானிகளும் சித்தர்களும் ஸ்தூல வடிவிலும் சூட்சும வடிவிலும் நடமாடும் புனித மலைதான் வெள்ளியங்கிரி.

சிவயோகியின் ஆக்ஞா சக்கரத்தைத் தூண்டி, தியானலிங்கம் என்ற விதையை விதைத்தாரே, அந்த பழனி சுவாமிகள் உலவிய திருத்தலம்தான் வெள்ளியங்கிரி. சிவயோகிக்கு அடுத்த பிறவியில், சத்குரு ஸ்ரீ பிரம்மாவாக அவதரித்து, பல மகத்துவங்கள் புரிந்து, 'இவன் மீண்டும் வருவான்' என்று ஒளி வடிவமாய், தனது ஏழு சக்கரங்களின் வழியாக உடலைவிட்ட இடமும் இந்த ஏழாவது மலைச் சிகரம்தான். அந்தப் பிறவிகளின் தொடர்ச்சியாக லட்சியத்தை நிறைவேற்ற வந்துள்ள சத்குருவை மவுனமாக வரவேற்றது வெள்ளியங்கிரி.

வெள்ளியங்கிரியின் ஏழு மலைகள், உடலில் உள்ள ஏழு சக்கரங்களைக் குறிப்பதாகச் சொல்கிறார்கள். இந்த மலைக்கு 'தென் கயிலாயம்' என்ற திருநாமமும் உண்டு. பங்குனி, சித்திரை மாதங்களில், கொங்கு மண்டலம் மற்றும் சுற்று வட்டாரப் பகுதிகளில் உள்ள மக்கள் வெள்ளியங்கிரியில் திரளுவார்கள். மலை ஏறும் பக்தர்களின் ஹர, ஹரா, சிவ, சிவா கோஷம், மலை முகடுகளில் மோதி எதிரொலிக்கும்.

வெள்ளியங்கிரி உச்சியில் குடிகொண்டு இருப்பவர் பஞ்சலிங்கேஸ்வரர். ஈஸ்வரனுக்கென்று தனித்தனியாகப் பஞ்சபூதத் தலங்கள் இருந்தாலும், அனைத்துத் தலங்களையும் ஒருங்கிணைத்த பஞ்சபூதத் தலமாக விளங்குகிறது வெள்ளியங்கிரி. அடிவாரத்தில் உள்ள பூண்டி விநாயகரை வணங்கிவிட்டு, செங்குத்தான பாதையில் ஏறுகிறார்கள் பக்தர்கள். வேங்கடத்தான் மலையில் காளி கோபுரம் ஏறுவது வரை, எப்படிச் சிரமப்பட்டு போகிறோமோ, அதுபோலவே வெள்ளியங்கிரியிலும் முதல் மலை ஏறுவது சிரமம்.

மலையேறும் பக்தர்களுக்கு தாகத்தைத் தணிக்க இனிய நீர் கிடைக்கும் வகையில் கைதட்டிச் சுனை, ஆண்டிச் சுனை, பாம்பாட்டிச் சுனைகள் வழி நெடுக அமைந்திருக்கின்றன. பாம்பாட்டிச் சித்தர் இங்கு வசித்திருக்கக்கூடும் என்று சொல்கிறார்கள். தவிர, குண்டலினி சக்தியின் குறியீடாக பாம்பு இருப்பதையும் கவனத்தில்கொள்ள வேண்டும்.

நான்காவது மலையில் ஒட்டர் என்கிற சித்தரின் சமாதி இருக்கிறது. ஐந்தாவது மலைக்கு பீமன் களியுருண்டை மலை என்ற பெயருண்டு. பஞ்ச பாண்டவர்கள் வெள்ளியங்கிரிக்கு வந்தபோது, அர்ச்சுனன் தவம் செய்ததாகக் கருதப்படும் ‘அர்ச்சுனன் தவப்பாறை’ என்ற இடமும் இருக்கிறது. ஆறாவது மலையில் இருக்கும் வெள்ளை மணல், பக்தர்களுக்கு இறைவனுடைய திருநீறாகவே அமைந்துவிடுகிறது.

ஏழாவது மலையில் சுயம்பு லிங்கமாகக் காட்சியளிக்கிறார் வெள்ளியங்கிரி பஞ்சலிங்கேஸ்வரர். அவரது அருள் பார்வையில், மலையேறிய சிரமமும் அசதியும் காணாமல்போய், ஒரு புத்துணர்ச்சி வந்து நம்முடன் ஒட்டிக்கொள்கிறது. சத்குரு ஸ்ரீபிரம்மா உடலை உதறிய இடம் ஏழாவது மலைச் சிகரத்தில் ஒரு எல்லையில் இருக்கிறது. கடுங்காற்று எப்போதும் இங்கே வீசிக்கொண்டு இருக்கிறது. சக்தி நிலையின் பெரும் அதிர்வுகள் நிரம்பிய இடமாக இது இருக்கிறது. அங்கே போய் யோகத்தில் அமர்பவர்கள் இதை உணர்கிறார்கள்.

இப்படிப்பட்ட புனிதமிக்க வெள்ளியங்கிரியின் அடிவாரத்தில், ஆசிரமத்தை அமைக்க வேண்டும் என்று சத்குரு அவர்களுக்கு உத்வேகம் பிறந்தது. அது யாருக்குச் சொந்தமானது, விற்பனைக்கு கிடைக்குமா போன்ற சிந்தனைகள் சத்குருவிற்கு தோன்றவில்லை. ஆனால், மிகவும் ஆச்சர்யமாக... சத்குரு அந்த இடத்தைப் பார்த்த நாளிலிருந்து 11வது நாள், அந்த நிலப்பகுதி ஈஷா யோக மையத்தின் பெயரில் பதிவு செய்யப்பட்டது. மலை அடிவாரத்தில் ஆசிரமம் அமைக்கும் பணி சுறுசுறுப்பாய் துவங்கின. அதே சமயம் கோவை நகரத்தில் 11 பேர் துணையுடன் ஈஷா யோக மையம் செயல்படத் துவங்கியது.

சத்குருவின் எளிய யோகதியானப் பயிற்சிகள் என்பது உடல், மனம், உணர்வுகள் ஆகியவற்றை உச்சத்தில் செயல்படவைத்து, உள்நிலை சக்திகளைத் தூண்டிவிடுகிற அறிவியல். சிலருக்கு யோகா என்று சொன்னால் உடலை வளைத்துச் செய்கிற சில ஆசனங்கள்தான் நினைவுக்கு வரும். சத்குரு அவர்களின் யோகா, இந்த அடிப்படையில் அமைந்தது அல்ல. யோகா என்றால் உடல், மனம், ஆன்மா மற்றும் இந்தப் பிரபஞ்சத்தில் அமைந்திருக்கும் அனைத்தோடும் பொருந்தியிருப்பதுதான். உங்கள் உடலைக் கூர்மையாகவும் நுட்பமாகவும் மாற்றும் சில ஆசனங்கள், பிராணாயாமப் பயிற்சிகளில் துவங்கி, உங்கள் சக்தி நிலையை வளர்த்து, இந்த உலகில் வெறுமனே வாழ்கிற நிலையிலிருந்து, உங்களை இறைத்தன்மையாக மாற்றும் நிலை வரை சத்குருவின் யோக பயிற்சிகள் அமைந்துள்ளன.

ஒரு மனிதனுக்கு குரு என்பவர் ஏன் அவசியமாகிறார் என்பதை சத்குரு அவர்கள் மிக அழகாகவே அன்பர்களுக்குச் சொல்கிறார். "ஒவ்வொரு மனிதனும் தன்னை மேம்படுத்திக்கொண்டு ஆற்றலை அறிந்துகொள்ள வேண்டுமென்றால், அதற்கு நான்கு வழிகள்தான் இருக்கின்றன. உடலைக் கையாண்டு ஒரு நோக்கமாகப் போக முடியும். இதை கர்ம யோகா என்று சொல்வார்கள். புத்திக் கூர்மையைக் கையாண்டால், அது ஞான யோகா. உணர்வுகள் மூலமாகப் போனால், பக்தி யோகா. அடிப்படையாக இருக்கும் உயிர் சக்தியைப் பயன்படுத்தி இறைநிலையை எட்ட முயன்றால், அதற்கு கிரியா யோகா என்று பெயர். இந்த நான்கின் கூட்டமைப்பாகத்தான் மனிதன் இருக்கிறான். ஆனால் இந்த நான்கும் சரிவிகிதத்தில் கலந்து செயல்படும்போதுதான் மனிதனுக்குள் அற்புதங்கள் நிகழும். ஆனந்தம் பெருகும்" என்கிறார் சத்குரு.

இந்தச் சூழலில் குருவின் பங்களிப்பு..?

உள்முகப் பயணம்!

15

யோக மரபில் ஒரு அற்புதமான கதை உண்டு. ஒரு நாள் ஞானயோகி, பக்தியோகி, கர்மயோகி, கிரியாயோகி ஆகிய நால்வரும் சேர்ந்து காட்டில் நடந்து போய்க்கொண்டு இருந்தார்கள். இவர்கள் நால்வரும் சேர்வது என்பது ஓர் அரிதான நிகழ்வு. காரணம் ஞானயோகி, அறிவு சார்ந்த யோகத்தை கடைப்பிடிப்பவ ராகையால், மற்ற யோக முறைகளை ஏற்றுக்கொள்வதில்லை. பொதுவாகவே தர்க்க அறிவில் சிறந்து விளங்கும் மனிதன், சிந்தனை சார்ந்த மனிதரை அவ்வளவாக மதிப்பதில்லை. ஒரு பக்தியோகி, முழுக்க முழுக்க அன்பும் உணர்வும் சார்ந்த மனிதர். அவரைப் பொறுத்தவரையில் ஞான யோகம், கர்ம யோகம், கிரியா யோகம் அனைத்தும் கால விரயம்தான். வெறுமனே கடவுளிடம் அன்பு செலுத்தி வந்தாலே, அற்புதங்கள் நிகழும் என்று சொல்பவர் அவர். கர்மயோகியோ, "இந்த உலகத்தில் சோம்பேறிகள்தான் அதிகம்; பகட்டான தத்துவங்களை வைத்திருக்கிறார்களே தவிர, செயல்களில் ஈடுபடத் தயங்குபவர்கள்" என்ற எண்ண ஓட்டத்தில் இருப்பவர். கிரியோ யோகியோ, மற்ற யோக முறைகளை எள்ளி நகையாடுவார். அவரைப் பொறுத்தமட்டில், சக்தி நிலையை மேம்படுத்தாவிட்டால், கடவுளுக்காக ஏங்கினாலும் சரி; வேறு எதற்காக ஏங்கினாலும் சரி, எதுவும் நடக்காது என்பதில் உறுதியாக இருப்பவர். இந்த நால்வரும் சேர்ந்திருப்பது கடினம். ஆனால் அன்றைக்கு அது நடந்தது. நால்வரும் காட்டில் போய்க்கொண்டு

இருந்தபோது மழை துவங்கியது. தூறலாகத் துவங்கிய மழை, பெரு மழையாக உருவெடுத்தது. ஒதுங்குவதற்கு இடம் தேடி ஓடினார்கள் நால்வரும். நடுக்காட்டில் ஒற்றைக் கூரையுடன் சுற்றுச் சுவர்கள் இல்லாமல் ஒரு கோயில். மத்தியில் லிங்கம். எனவே நால்வரும் அங்கே ஒதுங்கினார்கள். காற்று சுழன்றடித்தது. அவர் களைச் சுற்றி வெள்ளம் ஓடியது. நால்வரும் லிங்கத்தை நெருங்கி நின்றார்கள். வெள்ளம் கணுக்காலை நனைத்து, முட்டிக்கு ஏறியது. நால்வரும் சேர்ந்து லிங்கத்தைக் கட்டிப்பிடித்துக் கொண்டார்கள். சிறிது நேரத்தில் அற்புதமான நிகழ்வு ஒன்று அங்கே அரங்கேறுவதை உணர்ந்தார்கள். அவர்களுக்கு ஒன்றும் புரியவில்லை. பல்லாண்டுகளாக யோக மார்க்கத்தில் திளைத்து, ஆத்ம சாதனைகளைச் செய்தும் நிகழாதது ஒன்று இப்போது நிகழ்ந்திருக்கிறது என்பது மட்டும் புரிந்தது. அவர்கள் ஐந்தாவதாக அங்கே இருப்பதாக உணர்ந்தது சாட்சாத் ஈஸ்வரனைத்தான். ''ஐயனே... இது எப்படிச் சாத்தியமாயிற்று?'' என்று நால்வரும் ஒரே குரலில் கேட்க, ''நீங்கள் நால்வரும் ஒன்று சேர வேண்டுமென்று இத்தனை காலமாகக் காத்திருந்தேன். இப்போது அது நிகழ்ந்தது. எனவே நான் இங்கு பிரசன்னமாகிவிட்டேன்'' என்றார் சிவபெருமான்.

இந்தக் கதை உணர்த்துவது என்னவென்றால் கர்மம், ஞானம், பக்தி, கிரியா ஆகிய யோகங்கள் சரிவிகிதத்தில் கலந்து செயல்படும் போதுதான், உங்களின் உள்மன மாற்றங்கள் நிகழும் என்பதுதான். நீங்கள் வெறும் தலையா? மனமா? உணர்வா? அல்லது சக்தியா? இந்த நான்கின் கலவையாகத்தான் மனிதன் இருக்கிறான். ஆனால் ஒரு மனிதனுக்கு இதயம் மிக ஆளுமையோடு இருக்கலாம். மற்றொருவருக்கு மூளை மிக ஆளுமையோடு, வேறொருவருக்கு கைகள் ஆளுமையோடு இருக்கலாம். இன்னொருவருக்கோ சக்தி நிலை அதிகமாக இருக்கலாம். ஒவ்வொரு மனிதனுக்கும் ஒவ்வொரு யோக முறையும் எந்த அளவுக்குத் தேவை என்பதைக் கண்டறிய வேண்டும். மனிதனுக்கு மனிதன் இது வித்தியாசப்படும். இந்த இடத்தில்தான் ஒவ்வொரு மனிதனுக்கும் குரு அவசியமாகிறார். அவரால்தான் ஒவ்வொரு மனிதனுக்கும், எந்த முறையான யோகா எந்த அளவுக்குத் தேவை என்று தீர்மானிக்க முடியும்.

சத்குருவின் யோகா வகுப்புகள் இந்த அடிப்படையில் வடிவமைக்கப் பட்டிருப்பதால்தான், பயிற்சியில் ஈடுபடும் ஒவ்வொருவரும் பரவச நிலையை அடைகிறார்கள். ''மரம், செடி, கொடி, மனிதன் என்று எல்லாவற்றிலும் உயிர் இருக்கிறது. இதைப் புரியவைக்கத்தான் ஈஷா யோக மையத்தைத் துவக்கினோம். நாமெல்லோரும் தனித்தனி மனிதர்கள், யதார்த்தத்தில் ஒன்றாக முடியாது. ஆனால் இதையும் தாண்டிப் பார்த்தால், இந்த மண்ணுக்கும் உடம்புக்கும் வேறுபாடு இல்லை என்று உணரத் துவங்குவோம். இதைப் புரிந்துகொள்ள, புரிந்துகொள்கிற தன்மையை அதிகப்படுத்த

வேண்டும். அந்த அனுபவம் கிடைக்கும்போது, எதை நாம் விட நினைக்கிறோமோ 'அது நாம்தான்' என்று உணரத் துவங்குகிறோம். இந்த நிலையில் வாழும்போது, அடிப்படையான மாற்றம் உங்களை வந்தடைந்துவிடும். மனிதன் தன் ஆற்றலையும் சக்தியையும், முழுமையான வகையில் உபயோகப்படுத்த முயன்றால், அதற்கு நூறு தடைகள் இருக்கும். உள் போராட்டத்தை ஒடுக்கத்தான் தியானம். அப்படி ஒடுக்கிவிட்டால் உங்கள் முழு சக்தியை உபயோகப்படுத்தலாம்" என்கிறார் சத்குரு.

ஈஷா யோக மையத்தில், தன்னை இணைத்துக்கொண்டு, உடல், மன மேன்மைக்காக பயிற்சிகளில் ஈடுபடுவது என்பது முதல் கட்டம். அதன்பிறகு தீவிரமான ஆத்ம சாதனை செய்து, உள்முகப் பயணம் மேற்கொண்டு, உயிர்சக்தியைத் தூண்டி, அற்புத அனுபவங்கள் என்பது அடுத்த கட்டம். முதலில் 7 நாள் ஈஷா யோக வகுப்பு. தினமும் மூன்று மணி நேரம் நடக்கும். மனிதன் சராசரி வாழ்க்கையில் யோக உணர்வோடு இயங்க வழிகாட்டும் வகுப்பு இது. இந்தத் தியான வகுப்பை அனுபவித்து பயிற்சி பெற்றோமானால், வாழ்க்கையில் ஒரு ஒழுங்குமுறையைக் கையாள மனப்பக்குவம் வந்துவிடும். உதாரணத்துக்குச் சொல்வதென்றால், வீட்டுக்கு வெளியே செருப்புகளை விடுவது முதற்கொண்டுச் சொல்லலாம். மனம் போன போக்கில் செருப்புகளைக் கடாசிவிட்டு போகும் மனநிலை மாறி, ஜோடியாக விட்டுச் செல்லும் மனப்பக்குவமும் பொறுமையும் வந்துசேரும். நமக்கு அறிமுகமில்லாத இடத்தில்கூட தாறுமாறாக விடப்பட்டிருக்கும் செருப்புகளை ஒழுங்குபடுத்தி வைத்துவிட்டுச் செல்லும் மனோபாவம் துளிரும்.

அடுத்து 3 நாள் பாவ ஸ்பந்தனா வகுப்பு. பாவ ஸ்பந்தனா, உணர்வுகளின் அடிப்படையில் மகத்தான அதிர்வுகளை உண்டாக்கும். அந்த அதிர்வுகள், உங்களுக்குள் உள்ள பிடிவாதம், வீண்கோபம், பொறாமை எல்லாவற்றையும் தவிடுபொடியாக்கிவிடும். அடுத்து ஹடயோகப் பயிற்சி. உடலைத் தயார் செய்யும் பயிற்சி இது. கடைசியாக சம்யமா வகுப்புகள். உங்கள் கர்ம வினைகளை நீக்கி அந்தரத்தில்கூட உட்காரவைக்கும் சம்யமா. என்ன வியப்பு மேலிடுகிறதா?

அஸ்திவாரம்

16

ஏழு நாட்கள் நடக்கும் சம்யமா தியான வகுப்புகளின்போது கடைப்பிடிக்க வேண்டியது முழு மவுனம். உடல், மனம் மற்றும் உணர்வு சார்ந்த தன்மையை விட்டுவிட்டு உள்முகப் பயணம் மேற்கொள்ளும் போது, உங்கள் சக்தி நிலை மேம்படுகிறது. இந்த நிலைக்குத்தான் நம்மை இந்த வகுப்புகள் தயார் செய்கின்றன. சம்யமா வகுப்புகளில் குருவின் மேற்பார்வையில் தியானத்தில் ஈடுபடும்போது உயரும் சக்திநிலை, உடலில் உள்ள சக்கரங்களைத் தூண்டிவிட, சிலர் ஓரிரு நிமிடங்கள் அண்டவெளியில்கூட பத்மாசனம் போட்டுத் தியானம் செய்யும் அளவுக்கு இது ஓர் உக்கிரப் பயிற்சி. சம்யமா வகுப்பைத் தொடர்ந்து யோகக் கலையில் எந்தெந்த அம்சங்கள் தேவையோ, அனைத்தையும் தனித்தனியே பயிற்றுவிக்கும் பிரத்தியேக வகுப்புகளும் ஈஷா மையத்தில் துவங்கின.

இதற்கிடையில் கோவையில் வகுப்புகள் நடந்தாலும் வெள்ளியங்கிரி மலைச்சாரலில் முதன் முதலாக வாங்கிய பதினான்கு ஏக்கர் நிலத்தைப் பயன்படுத்தி, எதிர்காலத் திட்டங்களை வகுக்க வேண்டிய பணியும் சேர்ந்து கொண்டது. ஒரு பக்கம் மலை, மற்ற பக்கங்களில் பாக்குத் தோட்டங்கள், காடுகள். தார் சாலையிலிருந்து அந்த நிலப்பகுதிக்குச் செல்வதென்றால், காட்டிலாகா போட்டிருக்கும் மண்சாலை வழியாகத்தான் செல்ல வேண்டும். மழைக்காலத்தில் சகதியில் கால்கள் புதையும். சத்குருவிற்கு நிலத்தை விற்றவர், காவல்காரனுக்காக ஒரு சிறிய குடிசை போட்டிருந்தார். முதலில்

அந்தக் குடிசையை உறுதிப்படுத்தி சற்று பெரிதாக்கினார் சத்குரு. அப்போதெல்லாம், கோவையிலிருந்து பேருந்துகள் அடிக்கடி கிடையாது. வெள்ளியங்கிரி அடிவாரத்துக்குப் போகும் பேருந்து ஒருநாளைக்கு இரண்டு முறைதான் வரும். சத்குரு அன்பர்களுக்கு நிதி ஒரு பெரிய சவாலாக இருந்தது. "நீங்கள் உங்கள் வேலைகளைச் செய்துகொண்டு இருங்கள். வரவேண்டியது வந்துகொண்டே இருக்கும்" என்பார் சத்குரு. அது இன்று வரை பலித்துக்கொண்டு இருக்கிறது. தவிர பெரிய மனிதர்களிடம் பெரிய தொகையாக நன்கொடை வாங்கக் கூடாது என்பதிலும் உறுதியாக இருந்தார் ஜகி. தியான அன்பர்கள், வகுப்புகளுக்காகக் கொடுக்கும் கட்டணம் தவிர, அவர்கள் உற்சாகமாகக் கொடுக்கும் தொகைகளை மட்டுமே வளர்ச்சிக்கு பயன்படுத்திக்கொள்ள வேண்டும் என்று சொல்லிவிட்டார் சத்குரு.

காட்டுப் பகுதியாதலால் யானைகளின் நடமாட்டம் மற்றும் விஷப் பாம்புகள் குடியிருப்பாக இருந்தது அந்தப் பகுதி. இதுபற்றி யாராவது சத்குருவிடம் புகார் சொன்னால், "நாம் வந்து அவற்றின் இடத்தில் அமர்ந்துகொண்டு குறை சொன்னால் எப்படி?" என்று சிரிப்பார். ஆசிரம வளர்ச்சியில் ஒவ்வொரு தியான அன்பருக்கும் பங்களிப்பு இருக்க வேண்டுமென்பதில் மிகவும் உறுதியாக இருந்தார் சத்குரு. அவரது தியான வகுப்புகளுக்கு வந்து தன்னை மேம்படுத்திக்கொண்ட ஒருவரது மகன், பள்ளிக்குச் செல்ல அவனது அப்பா பேருந்துக்காகக் கொடுத்த பணத்தை அதற்குப் பயன்படுத்தாமல், நடந்து போய், பணத்தை சேமித்து சத்குருவிடம் கொடுத்தபோது எல்லோரும் நெகிழ்ந்துவிட்டார்கள்.

கட்டிடம் துவங்க பூமி பூஜை போடும் நாளும் வந்தது. இப்போது தியானலிங்கம் இருக்கும் இடத்தில்தான் பூமி பூஜை போடப்பட்டது. பூஜை போட்டுவிட்டு, சத்குருவும் அன்பர்களும் காரில் திரும்பும்போது, காட்டிலாகா போட்டிருந்த செக்போஸ்ட் தடுப்பைப் பூட்டிவிட்டுப் போய்விட்டார்கள். இருட்டில் வெகுநேரம் அந்த இடத்திலேயே நிற்க வேண்டியதாகிவிட்டது. பூட்டின் ஒரு சாவி, அந்தப் பகுதியை தனது ஆளுகைக்குள் வைத்திருந்த ஒருவரிடம் உள்ளது என்பதை அறிந்து அவரிடம் சென்று வாங்கி வந்து தடுப்பைத் திறப்பதற்கு மூன்று மணி நேரம் ஆகிவிட்டது. யானைகள் நடமாட்டம் உள்ள பகுதியாதலால் அன்பர்களுக்கு உதறல்தான். ஆனால், சத்குரு எந்தப் பதட்டமும் இல்லாமல் அமைதியாக அமர்ந்திருந்தது மட்டுமல்லாமல், சமயத்தில் உடனிருந்த அன்பர்களை சிரிக்கவும் வைத்துக்கொண்டு இருந்தார். துவக்க காலத்தில் காட்டிலாகா அதிகாரிகள் மற்றும் சுற்றியுள்ள தோட்ட முதலாளிகள் ஆகியோர் காட்டிய கடுப்பும் வெறுப்பும், காலப்போக்கில் மறைந்து, வளர்ச்சிக்கு உதவும் நோக்கில் அமைந்துவிட்டது என்பது குறிப்பிடத்தக்கது. இதற்குக் காரணம் சத்குரு அவர்களின் சுயநலமற்ற தூய யோக தியானப் பணியும், சமூக நோக்கமும்தான்.

முதன் முதலில் ஒரு தியான அரங்கம் கட்டுவதென முடிவாகியது. அதுவும் கூரை வேய்ந்த தியான அரங்கம். இதைக் கேள்விப்பட்டவுடன் திருப்பூரிலிருந்து அன்பர் ஒருவர் கீத்து மற்றும் மரத்தை அனுப்பிவிட்டார். மற்றும் பல தியான அன்பர்கள் உடலுழைப்பைத் தரத் தயாராக இருந்த நிலையில் மிகக் குறுகிய காலத்தில் அரங்கம் உருவாகிவிட்டது. அந்த அரங்கத்தில் 90 நாள் 'ஹோல்நெஸ்' வகுப்பு நடத்த வேண்டும் என்று முடிவு செய்தார் ஜகி. நான், நீ என்று போட்டி போட்டுக் கொண்டு அன்பர்கள் வகுப்புகளில் சேர திரண்டனர். ஆனால் எல்லோரையும் எடுத்துக்கொள்ள முடியாது அல்லவா? மேலும் 90 நாட்கள் ஒரு கட்டுப்பாடான யோகதியான வகுப்புகளை மேற்கொள்ளும் அளவுக்கு உறுதியான மனிதராக இருக்க வேண்டும். அந்த

அளவில் நூறு பேரைத் தேர்ந்தெடுத்தார் சத்குரு. வகுப்புகள் துவங்க வேண்டிய நாளும் நெருங்கியது. வெள்ளியங்கிரி பகுதியில் எந்தப் பொருட்களும் கிடையாது என்பதால் பற்பசையிலிருந்து மளிகைச் சாமான்கள், பாத்திரங்கள் என்று எடுத்துக்கொண்டு போக வேண்டியிருந்தது. எல்லா பொருட்களையும் வாங்கிக்கொண்டு

சில அன்பர்கள் டிராக்டரில் வைத்து எடுத்துக்கொண்டு வர, தனது மாருதி காரில், விஜியுடன் முன்னே சென்றார் சத்குரு.

அது ஜுன் மாதம். மேற்குத் தொடர்ச்சி மலைகளில் மழை பெய்யும் காலம். கோவையைவிட்டுக் கிளம்பும்போதே தூறிக்கொண்டு இருந்தது. ஆசிரமம் இருக்கும் இடத்திலிருந்து, பதிமூன்று கி.மீக்கு முன்பு இருட்டுப் பள்ளம் என்ற ஊர் இருக்கிறது. அந்தப் பகுதியில், மலைச்சரிவிலிருந்து இறங்கும் காட்டாறு ஒன்று சாலையைக் கடந்து நொய்யல் ஆற்றோடு கலக்கிறது. அதிகமாகத் தண்ணீர் செல்லும் காலங்களில், அதற்கு வசதியாக, தரைப்பாலம் ஒன்று சாலையின் குறுக்கே அங்கு அமைக்கப்பட்டிருந்தது. சத்குருவும் அவரது அன்பர்களும் அந்தப் பகுதிக்கு வந்து சேர்ந்தபோது, தரைப்பாலத்தின் அந்தப் பக்கம், இந்தப் பக்கம், பேருந்துகளும், இரண்டு சக்கர வாகனங்களும், மக்களும் நின்றுகொண்டு இருக்க, காட்டாறு தரைப்பாலத்தில் ஹோவென்று பேரிரைச்சலுடன் ஓடிக்கொண்டு இருந்தது. சத்குருவின் அன்பர்களுக்கு என்ன செய்வதென்று புரியவில்லை. இருட்டுவதற்குள் ஆசிரமத்தை அடைந்துவிடவேண்டும் என்று அவர்கள் உள்ளம் துடித்தது. ஆனால் தரைப்பாலத்தில் செல்லும் வெள்ளத்தின் அளவும் வேகமும் குறைவது போன்று தெரியவில்லை. முன்பு ஒருமுறை இதுபோன்ற சந்தர்ப்பத்தில் காரில் கடக்க முயன்று, கார் வெள்ளத்தில் அடித்துக்கொண்டு போய் மூன்று பேர் இறந்ததைப் பற்றி மக்கள் பேசிக் கொண்டார்கள். மெள்ள காரிலிருந்து இறங்கினார் சத்குரு. தரைப் பாலத்தை நோக்கி நடந்தார். அன்பர்களின் படபடப்பு கூடியது.

மரணம் எனும் மர்ம முடிச்சு!

17

நேராக நடைப்பாலத்தை நோக்கி நடந்த சத்குரு சுழன்றோடும் வெள்ளத்தில் இறங்கிவிட்டார். சாலையின் இரண்டு பக்கங்களிலும் இருந்த மக்கள் "போகாதீங்க... போகாதீங்க..." என்று உரக்கக் குரல் கொடுத்தார்கள். பின்னால் டிராக்டரில் இருந்த சத்குருவின் அன்பர்களுக்கு என்ன செய்வதென்றே புரியவில்லை. இத்தனை படபடப்புகளுக்கு இடையில் தண்ணீரில் இறங்கிய சத்குரு, குறுக்கே நடந்து மறுமுனை வரை இரண்டு முறை போய் வந்தார். கூட்டம் மிரள, மிரள பார்த்துக்கொண்டு இருந்தது. சத்குருவின் அன்பர்களுக்கும் வியப்பு. தண்ணீரிலிருந்து மேலே சாலைக்கு வந்த சத்குரு, தனது மாருதி காரில் போய் ஓட்டுநர் இருக்கையில் அமர்ந்தார். வண்டியை ஸ்டார்ட் செய்து, பின்னால் டிராக்டரையும் வரச் சொல்லி கை காட்டினார். எடுத்தார் வேகம். சில விநாடிகளில் கார், காட்டாற்றைக் கடந்து சாலையின் அந்தப் பக்கத்தை அடைந்தது. பின்னால் வந்த டிராக்டரும் எந்தவிதப் பிரச்னையிலும் சிக்காமல் காரைத் தொடர்ந்தது. இந்தச் சம்பவத்தை சத்குருவின் அன்பர்கள் இன்று வரை மறக்கவில்லை.

திட்டமிட்டபடி 90 நாள், ஹோல்நெஸ் பயிற்சி தற்காலிகமாகப் போடப்பட்ட கூரைக் கொட்டகையில் துவங்கியது. அதே சமயம், முக்கோண வடிவில் நிர்வாக அலுவலகம் கட்டுவதற்கான வேலையும் துவங்கியது. ஹோல்நெஸ் பயிற்சிகளின்போது, சத்குரு அவர்கள், சக்திநிலையை மேல்நோக்கிக் கொண்டுபோனபோது

ஏற்பட்ட அனுபவங்கள் அன்பர்களிடையே எல்லையில்லா ஆனந்தத்தை உருவாக்கியது. இந்த ஹோல்நெஸ் பயிற்சியின்போது சூறாவளிக் காற்று அந்தப் பகுதியில் வீசியது. விடாது மழை கொட்டியது. தற்காலிகமாகப் போடப்பட்டிருந்த கொட்டகையாதலால் காற்றில் மிக மோசமாக ஆடிக்கொண்டு இருந்தது. சத்குரு அவர்கள் மரணத்துக்குப் பின் மனிதனின் நிலை பற்றி அன்பர்களிடையே பேசிக்கொண்டு இருந்தார். “உங்கள் மரணத்தை நீங்கள் பார்க்கத் துவங்கும்போது ஆன்மிக நிலைக்கு வருகிறீர்கள். நம்மில் பலர் மரணம் என்ற சொல்லையே தவிர்த்துவிடுகிறார்கள். இறுதி ஊர்வலத்தைப் பார்க்கப் பயப்படுகிறார்கள். என்னதான் பார்க்காமல் இருந்தாலும், கதவை மூடிவைத்தாலும் உங்களால் மரணத்தைத் தடுக்க முடியாது. மரணம் பற்றி அறிய முயலும்போதுதான், ‘உடலுக்கு அப்புறம் என்ன?’ என்ற தேடல் வரும். அதுவே ஆன்மிகப் பாதைக்குத் திறவுகோலாக அமையும். (இந்தச் சமயத்தில் வேகமாக வீசிய காற்றில் மரம் ஒன்று அன்பர் ஒருவர் மேல் விழ, அவர் ஒரு காயமும் இல்லாமல் தப்பியிருந்தார்.) இப்போது மரம் விழுந்தது. அடுத்து ஏதோ ஒரு காரணமாக, அந்த மலையேகூட விழலாம். அடிவாரத்தில் இருப்பதால் அது நடக்காது என்று மட்டும் நினைக்காதீர்கள். எதுவும் மேலே விழாமலும் நீங்கள் இறந்து கீழே விழலாம். நீங்கள், உங்கள் மனைவி, குழந்தை, சொத்து, பணி, எண்ணங்கள், உங்கள் அகங்காரம் எல்லாம் நிதர்சனமாக இருக்கிறது. இப்போது நாளை காலை நீங்கள் இறந்துவிட்டால், உங்கள் உடலைப் பார்க்கக்கூட, நெருங்கி நேசித்தவர்கள் அஞ்சுவார்கள்” என்றார் சத்குரு.

“மரணம் என்பது என்ன? மரணத்துக்கு பின் என்ன நடக்கிறது?” இந்தக் கேள்விகளை தனது இளைய பருவத்திலேயே, பலரிடம் விசாரித்திருக்கிறார் சத்குரு. ஆனால் யாராலும் சரியான பதில் கொடுக்க முடியவில்லை. எனவே தானாக முயன்று கண்டுபிடிக்கத் துணிந்துவிட்டார். மரணத்தைச் சந்திப்பது என்று முடிவெடுத்தவுடன், தன்னிடமிருந்து விளையாட்டுச் சாமான்கள், செல்லப் பிராணிகள், பறவைகள் ஆகியவற்றை நண்பர்களுக்குக் கொடுத்துவிட்டார். அந்தக் குறிப்பிட்ட நாளில் இரவு உணவு வேண்டாமென மறுத்துவிட்டு, ஒரு மர்மத்தின் சூட்சுமத்தை பார்க்கப் போகும் உற்சாகத்துடன் பல நாட்களாக சேர்த்துவைத்திருந்த தூக்க மாத்திரைகளை அள்ளி வாயில் போட்டுக்கொண்டார். வேறொரு தளத்தில், இதுவரை அறிந்தே இராத, பார்க்காத ஒரு இடத்தில் இருக்கப் போவதாக எண்ணி கண்ணை மூடிய சத்குரு, மீண்டும் மீண்டும் திறந்தபோது, சுற்றிலும் பேச்சு சப்தம். நர்ஸுகள் உலவிக்கொண்டு இருந்தார்கள். சத்குருவிற்குப் புரிந்துவிட்டது. மாத்திரைகளைச் சாப்பிட்டு, கண்களைத் திறக்க முடியாமல், மயக்க நிலையில் இருந்த சத்குருவை, குடும்பத்தினர், மருத்துவமனைக்கு அழைத்துச் சென்று காப்பாற்றிவிட்டார்கள். “எதுக்காக தற்கொலை

முயற்சி?” என்று கேள்வி மேல் கேள்வி கேட்டுக் குடைந்தார்கள். “இல்லை... தற்கொலை அல்ல. மரணத்தைப்பற்றி பலரிடம் கேட்டுப் பார்த்தேன். யாருக்கும் தெரியவில்லை. எனவே அதைத் தெரிந்துகொள்ளவே இந்த முயற்சி'' என்றவுடன் அவரை அற்பமாகவும் கிண்டலாகவும் பார்த்தார்கள்.

தற்கொலையின் மூலம் மரணத்தை அடைவது மிகவும் முட்டாள்தனம் என்று சத்குரு அவர்கள் பின்னால் உணர்ந்தாலும், மரணத்தைப்பற்றி தெரிந்துகொள்ளும் அவரது ஆர்வம் மட்டும் மடிந்துவிடவில்லை. எனவே, எந்தவித வித்தியாசமும் இல்லாமல் எல்லோரையும் அணைத்துக்கொள்ளும் மயான பூமியில் மரணம் பற்றிய சத்குருவின் தேடல் தொடர்ந்தது. எத்தனையோ இரவுகள் மயானத்தில் கழிந்தன. சிலர் அவரிடம், பேய், பிசாசு என்றெல்லாம்கூட பயமுறுத்திப் பார்த்தார்கள். சத்குரு தனது முயற்சியில் சிறிதும் பின்வாங்கவில்லை. பிணங்கள் எரியும்போது, தெறித்து விழும் உறுப்புகளை மீண்டும் எடுத்து நெருப்பில் போடுவது வரை பக்குவப்பட்டு போனது மனது. உடலைக் கொண்டு மயானத்தில் சேர்த்த பிறகு, விரைவிலேயே விலகிச் செல்லும் உறவினர்கள், நண்பர்கள் ஆகியோரைப் பார்த்து மனதுக்குள் சிரித்துக்கொள்வார். சத்குருவோ, உடல் முழுதும் எரியும் வரை அங்கே இருப்பார். இப்படி இளவயதிலேயே மரணம் பற்றியும் அதற்குப் பின்பு உடலுக்கு என்ன நடக்கிறது என்பது பற்றியும் அறிந்துகொள்ள முயற்சி செய்த சத்குரு, ‘ஹோல்நெஸ்’ சாதகர்களுக்கு மரணத்தைக் கண்டு அஞ்சாமல் இருப்பது எப்படி என்பதையும் உணர்த்தினார். இந்த வகையில், எமனைப் பார்த்தே மரணத்தின் ரகசியம் என்ன? மரணத்திற்கு பின் என்ன நடக்கிறது? என்று கேள்விக்கணைகளை எழுப்பிய நசிகேதன் கதையையும் சாதகர்ளுக்கு விளக்கினார் சத்குரு.

முதன்முதலாக ஆன்மிகத் தேடலைத் துவங்கியவர் என்று சொல்லப்படுகிறவர் நசிகேதர். அவரது தந்தை ஒரு யாகத்தை மேற்கொள்கிறார். தனது மனைவி, குழந்தைகள், வீடு, உடமைகள் யாவற்றையும், யாகம் நடத்தும் ரிஷிகளுக்கும் பிராமணர்களுக்கும் தானமாக கொடுக்க வேண்டும். அப்படியொரு பிரதிஞ்ஞையின் அடிப்படையில் யாகத்தை மேற்கொள்ளும் நசிகேதரின் தந்தை இறுதியில் இரு மனைவிகள், குழந்தையை மட்டும் தானமாகக் கொடுக்கவில்லை. தன்னிடம் இருப்பதையெல்லாம் விட்டுவிட்டு ஆன்மிக ஆனந்தத்தை அடைய உறுதிமொழி எடுத்த தந்தை, மற்றவர்களைப்போல மிக சாமர்த்தியமாக நடந்துகொள்கிறாரே என்ற வருத்தம் மேலிட்டது. “நீங்கள் செய்தது சரியல்ல, விருப்பம் இல்லையென்றால் நீங்கள் இந்த பிரதிஞ்ஞை எடுத்துக்கொண்டிருக்கக் கூடாது. எல்லாவற்றையும் கொடுத்துவிடுங்கள். என்னை யாருக்கு தரப் போகிறீர்கள்?” என்று தைரியமாக தந்தையிடம் கேட்டார்.

கோபத்தில் தந்தை, "உன்னை எமனுக்குத் தரப்போகிறேன்" என்று சொல்லிவிடவே, எமனிடம் செல்வதற்கு தன்னைத் தயார்படுத்திக்கொண்டு சென்றார். அப்போது அந்தச் சிறுவனுக்கு வயது என்னமோ ஐந்துதான். ஆனால் மனம் உயர்ந்த அளவில் முதிர்ச்சி பெற்றிருந்தது.

நசிகேதன், எமனைத் தேடிச் சென்றார். ஆனால் அவர் போன சமயம், எமன் இல்லை. மூன்று நாட்கள் அவன் அரண்மனை வாசலில் காத்திருந்தார். திரும்பி வந்த எமன், மூன்று நாட்களாகக் காத்திருக்கும் சிறுவன் நசிகேதனைப் பார்த்து மிகவும் நெகிழ்ந்து போய்விட்டார். "உனக்கு மூன்று வரங்கள் தருகிறேன். கேள்" என்று சிறுவனிடம் பாசத்துடன் சொன்னார் எமன். "எனது தந்தை எல்லா பொருளாதார வளங்களையும் விரும்புகிறார். அவை அவருக்குக் கிடைக்க வழி செய்யுங்கள்" என்று முதல் வரத்தைக் கேட்டார் நசிகேதன். "வழங்குகிறேன்" என்றார் எமன். "நான் செய்ய வேண்டிய தர்மங்கள், யாகங்கள் என்ன என்று தெரிந்துகொள்ள விரும்புகிறேன்" என்று அடுத்த வரத்தைக் கேட்டார். வேத இலக்கியங்கள் பெரும்பாலும் யாகங்களைப் பற்றி பேசுமாதலால் சொல்லிக்கொடுத்தார். இதற்குப் பின் மூன்றாவதாக ""மரணத்தின் ரகசியம் என்ன, மரணத்துக்குப் பின் என்ன நடக்கிறது?" என்ற கேள்வியில்தான் ஆடி, அதிர்ந்து போனார் எமன்.

மூல யந்திரம்
முக்கோணம்!

18

நசிகேதன் கேட்ட கேள்விகளால் ஆடிப்போன எமன், இயல்பு நிலைக்கு வர, ஒரு சில நிமிடங்கள் பிடித்தன. பின்னர் நசிகேதனைப் பார்த்து, "தயவுசெய்து இந்தக் கேள்வியை நீ திரும்பப் பெற்றுவிடு. வேறு என்ன வேண்டுமானாலும் கேள். பதில் சொல்கிறேன். இல்லை என் அரசாங்கத்தை எடுத்துக்கொள்கிறாயா? எடுத்துக்கொள். உலக இன்பங்களைக் கேள், அனைத்தையும் கொடுக்கிறேன். ஆனால் இந்த ஒரு கேள்வியை மட்டும் திரும்பப் பெற்றுவிடு" என்று கெஞ்சும் குரலில் சொன்னார் எமன். "அவற்றையெல்லாம் வைத்துக்கொண்டு நான் என்ன செய்யப் போகிறேன்? பொருட்களும், செல்வமும், இன்பமும் நிலையில்லாதது என்று நீங்களே சொல்லியிருக்கிறீர்கள். இவைகளைக் கொடுத்தால், நான் அவற்றில் சிறைப்பட்டுப் போய்விடுவேன். எனவே எவையும் எனக்கு வேண்டாம். என் கேள்விக்கு மட்டும் பதில் சொல்லுங்கள் எமதர்மராஜா" என்று பணிந்து நின்றான் நசிகேதன்.

பல வகைகளில் இந்தக் கேள்வியை தவிர்க்கப் பார்க்கிறார் எமன். "கடவுளுக்கேகூட உன் கேள்விக்குப் பதில் தெரியாது. நான் சொல்ல முடியாது" என்கிறார். "ஓ... அப்படியா சேதி, கடவுளுக்கே தெரியாது என்பது உண்மையானால், உங்களுக்கு மட்டும் தெரியு மென்றால் எனக்கு விடை சொல்லியே ஆகவேண்டும்" என்று நசிகேதன் வலியுறுத்துகிறான். சிக்கலிலிருந்து தப்பிக்க நசிகேதனை

எமன் அவரது அரண்மனையிலேயே விட்டுவிட்டு வெளியே சென்றுவிடுகிறார். பல மாதங்கள் எமன் அரண்மனைக்குத் திரும்பவில்லை. ஆனால், நசிகேதன் எமனின் அரண்மனை வாயிலிலேயே நிற்கிறான். இப்படி ஒரு தேடல் முயற்சியில் பல மாதங்கள் முழு விழிப்பு உணர்வுடன் ஈடுபடும் நசிகேதனுக்கு தன்னை உணரும் பரவச நிலை ஏற்படுகிறது. அதே தளத்தில் நின்று, பிரபஞ்சத்தைப் பற்றி தனக்கு தெரிய வேண்டியவற்றை எல்லாம் தெரிந்துகொண்டு கரைந்துபோனான் நசிகேதன். இந்த வகையில் உள்முகமாகப் பயணப்பட்டு தனக்குள் தேடிப்பார்த்த முதல் சாதகராக நசிகேதன் விளங்குகிறான்.

இந்தக் கதையைச் சாதகர்களுக்குச் சொன்ன சத்குரு, "நசிகேதனைப் போல இருந்தால் உங்களுக்கென்று வேறு பாதை தேவை இல்லை. ஆற்றலை அதிகரித்து மேம்பட்ட சக்தி நிலையை உணரும் சாமர்த்தியம் நம்மிடமே இருக்கிறது. தன்னை உணரும் ஏக்கம் மிக வலிமையானதாகவும் சக்திமிக்கதாகவும் அமைய வேண்டும். அந்த நிலையில் கடவுள் உங்களிடமிருந்து தள்ளிப் போகவே முடியாது. ஆன்மிகப் பாதையில் நடக்கும்போது மரணத்தின் கடவுள் என்று அழைக்கப்படும் எமனை எப்படி ஏமாற்றுவது என்பதையும் உங்களுக்கு சொல்லித்தருகிறோம். சில சமயம்தான் இதைச் செய்ய முடியும். நிரந்தரமாகச் செய்ய முடியாது. ஆனால் நிரந்தரமாகச் செய்பவர்களும் இருக்கிறார்கள். எமனின் குறிப்பேட்டை மாற்றி எழுதவும் முடியும்" என்று சொன்னபோது, சாதகர்களிடையே எழுந்த ஆச்சர்யத்துக்கு அளவே இல்லை. 90 நாள் ஹோல்நெஸ் பயிற்சி என்பது, குருவுக்கும் சிஷ்யர்களுக்கும் ஒரு பரஸ்பர நெருக்கத்தைக் கொண்டுவந்தது மட்டுமல்லாமல், சாதகர்கள் பல கோணங்களிலிருந்து கேட்ட கேள்விகளுக்கு சத்குரு தந்த பதில்களால் எல்லோருக்கும் தெளிவு பிறந்தது. சமூகம், காதல், குடும்பம், மதம், பெண்கள், குரு, ஆன்மிகம், ஈஷா, கோபம், பொறாமை என்று பல்வேறு தலைப்புகளில் சத்குரு சொன்ன பதில்கள் காலத்தால் நிலைத்து நிற்கக்கூடிய செப்புப் பட்டயங்கள். ஈஷாவின் சின்னமாக வட்டத்துக்குள் ஒரு முக்கோணம். எதைக் குறிக்கிறது இந்தச் சின்னம். ஒரு சாதகர் சத்குருவிடம் கேட்டே விட்டார்.

"முக்கோணம் என்பது ஓர் அடிப்படை யந்திரம். குறிப்பிட்ட அதிர்வுகளை வெளிப்படுத்தும் வடிவம். தாந்திரீக முறையிலும் யோக நெறியிலும், இந்தப் பிரபஞ்சமே இந்த யந்திரத்திலிருந்து உருவாக்கப்பட்டதாகச் சொல்லப்படுகிறது. முதலில் இது ஒரு சூன்யம். இந்த சூன்யம் பின்னர் நாதமானது. அதன் பிறகு உருவான முதல் வடிவம் இதுதான். இதிலிருந்துதான் அனைத்து உயிரினங்களும் படைப்புகளும் தோன்றின. இதற்கு ஒரு விஞ் ஞான அடிப்படை உண்டென்றாலும், நாம் இப்போது அதை ஒரு சின்னமாகவே பார்ப்போம். முக்கோணத்தின் இடதுபுறச் சாய்மானக்

கோடு உடல். வலதுபுறச் சாய்மானக் கோடு, நமது மனம். இரண்டையும் இணைக்கிற அடிப்புறத்து நேர்க்கோடுதான், பிராணா. வட்டத்துக்குள், இடதுபுற, வலதுபுறச் சாய்மானக் கோடுகளுக்கு இடையில் உள்ள பகுதி உடல், மன, இயக்கங்களைக் குறிப்பவை. வட்டத்துக்கும் அடியில் இணைக்கும் நேர்க்கோட்டுக்கும் இடையில் உள்ள பகுதி உங்கள் பிராண சக்தியின் இயக்கங்களைக் குறிக்கும். எனவே ஈஷாவின் சின்னம் ஒரு முழுமையான மனிதனின் குறியீடு.

நமது யோக, தியானப் பயிற்சிகள், உடல், மனம் மற்றும் பிராணத்தின் செயல்களைச் சார்ந்தே அமைக்கப்பட்டிருக்கிறது. இந்த மூன்றின் மீது நமக்கு ஆளுமை இருக்குமேயானால்,

உள்நிலை பரிமாணத்துக்கான கதவுகள் தானே திறக்கும். ஒரு பொறியியலாளரைக் கேட்டால், உறுதியான வடிவம் முக்கோணமே என்று அவர் உறுதியாகவே கூறுவார். விமானத்தை வடிவமைக்கும்போதுகூட முக்கோணமாகத்தான் வடிவமைக்கிறார்கள். எனவே அடிப்படை எந்திரம் என்பது முக்கோணம். உங்கள் உடல், மனம், பிராணன் ஆகியவற்றின் அடிப்படையில் அமைந்திருக்கும் இவற்றைச் சரியானபடி பயன்படுத்தினால், நம்ப முடியாத அளவுக்குப் பல நன்மைகளைப் பெறலாம்" என்று சத்குரு சொன்னபோது ஈஷாவின் சின்னத்தின் மகத்துவம் சாதகர்களுக்குப் புரிந்தது.

துவக்கக் காலத்தில் நடைபெற்ற பதிமூன்று நாள் முதல் வகுப்பில் கலந்துகொண்ட அன்பர்கள் சிலர் சத்குருவிடம், "எங்களுக்கு ஒரு மாற்றமும் நிகழவில்லையே" என்று குறைபட்டுக் கொண்டார்கள்.

சத்குரு லேசான புன்னகையுடன் அவர்களின் முதுகைத் தட்டிக்கொடுத்தார். "உங்களுக்கு ஒரு சின்னக் கதை சொல்கிறேன். கீழை நாட்டுக் கலாச்சாரமாகிய சாமுராய் பிரிவில் நிக்குச்சி என்ற தலைசிறந்த கத்திச் சண்டை வீரன் இருந்தான். அவன் மகன் ஜூனியர் நிக்குச்சி, எந்தக் கலையிலும் நிபுணத்துவம் பெறவில்லை. இதனால் கடுங்கோபம் அடைந்த தந்தை நிக்குச்சி, ஜூனியரை வீட்டைவிட்டு வெளியே துரத்திவிட்டார். அவமானத்தால் வெளியேறிய ஜூனியர் நிக்குச்சி, "மிகப் பெரிய கத்திச் சண்டை வீரனாகத் திரும்பி வருவேன்" என்று சூளுரைத்துவிட்டுக் கிளம்பினான். ஒரு மலையுச்சியில் வசித்த பான்சு என்ற ஜென் குருவைச் சந்தித்து, தனக்கு கத்திச் சண்டை கற்றுத்தருமாறு கேட்டுக்கொண்டான் ஜூனியர் நிக்குச்சி. அவனை மூன்று அடிகள் நடக்கச் சொன்னார் பான்சு. அவன் நடந்ததைப் பார்த்து, "உனக்கு கத்திச் சண்டையே வராது. உனக்குச் சொல்லிக்கொடுப்பதற்குள் என்னுடைய இந்தப் பிறவியே போய்விடும்" என்றார். "ஐயா, அதற்குள் என் தந்தையே இறந்துவிடுவார். அவர் இறப்பதற்குள் நான் சென்று என் கத்திச் சண்டை நிபுணத்துவத்தை நிரூபிக்க வேண்டும்" என்று பான்சுவின் காலைப் பிடித்துக்கொண்டான் ஜூனியர் நிக்குச்சி. "சரி... கற்றுத்தருகிறேன். அதற்குப் பத்தாண்டுகள் ஆகும். ஆனால் நீ கத்தியைப் பற்றி ஒன்றும் பேசக் கூடாது. பேசாமல், பாத்திரங்களைக் கழுவிக்கொண்டு, சமையல் செய்துகொண்டு இரு" என்று சொல்லிவிட்டார் பான்சு. இந்த ஒப்பந்தத்தின் அடிப்படையில் தன் பணியைத் துவங்கினார் ஜூனியர் நிக்குச்சி.

கிட்டத்தட்ட நான்கைந்து வருடம் 'கத்தி' என்ற பேச்சே இல்லை. வேலைகளை முழு ஈடுபாட்டுடன் செய்துகொண்டு வந்த தனக்கு குரு என்றாவது கத்திச் சண்டை சொல்லித்தருவார் என்ற நம்பிக்கையோடு இருந்தார் ஜூனியர். ஒருநாள் பாத்திரங்களைத் துலக்கிக்கொண்டு இருந்தார். சத்தம் போடாமல் வந்த பான்சு, பயிற்சிக்குப் பயன்படுத்தும் மரத்தாலான வாளைக்கொண்டு ஜூனியர் நிக்குச்சியின் முதுகில் ஓங்கி ஒரு அடி கொடுத்தார். துள்ளிக் குதித்து விலகிய ஜூனியர் நிக்குச்சி, குருவை அதிர்ச்சியுடன் நோக்கினார்.

அன்புப் பிரவாகம்
குருவின் நெருக்கம்!

ஜூனியர் நிக்குச்சியை மீண்டும் தாக்க வந்தார் குரு பான்சு. தப்பித்து வேறு திசையில் ஓடினான் ஜூனியர். தன்னால் முடிந்ததை எல்லாம் செய்து குருவின் தாக்குதல்களிலிருந்து தப்பித்தான் அவன். அதே சமயம் காயமும் அடைந்தான்.

ஒவ்வொரு முறையும், நிக்குச்சி சமைக்கும்போதோ, பாத்திரம் கழுவும்போதோ, முன்னறிவிப்பின்றி பான்சு அவனைத் தாக்கத் துவங்கினார். எனவே, ஜூனியர் எப்போதுமே, விழிப்பு உணர்வோடு இருக்க வேண்டி வந்தது. இந்த வகையில் ஒரு கத்திச் சண்டை வீரன் கற்றுக்கொள்ள வேண்டிய எல்லாவற்றையும், சில வாரங்களில் கற்கத் துவங்கினான். குரு பான்சுவின் முகத்தில் ஒரு திருப்தி தெரிந்தது. ஆறேழு வருடங்களில் மிகச் சிறந்த கத்திச் சண்டை வீரனாக உருவானான் ஜூனியர் நிக்குச்சி.

19

இந்தக் கதையைச் சொன்ன சத்குரு, “பயிற்சி மேற்கொள்கிற தன்மை, ஒவ்வொருவருக்கும் ஒவ்வொருவிதமாக இருக்கும். ஒரு மனிதனுக்குள் பொதிந்துகிடக்கிற தனிச்சிறந்த தன்மையை வெளியே கொண்டுவர, ஒருவருக்குச் சொல்லித் தரப்படும் வழி இன்னொருவருக்குப் பொருந்த வேண்டும் என்று அவசியம் இல்லை. மாடுகளுக்கு லாடம் அடிப்பது கொடுமையான செயல்தான். ஆனால், லாடம் அடிக்காவிட்டால், மாடுகள் அனுபவிக்கும் கொடுமைகள் அதற்கும் மேல். எனவே, சில

நேரங்களில் கடுமையான முறைகளையும் நாம் மேற்கொள்ள வேண்டியிருக்கும்.

ஒன்று மட்டும் தெரிந்துகொள்ளுங்கள். தங்கள் நன்மைக்காகச் செய்கிற ஒன்றில் சிலரால் உண்மையாக இருக்க முடியாவிட்டால், மற்றவர்களுக்காகச் செய்யும் எதிலும் அவர்களால் உண்மையாக இருக்க முடியாது. ஏனென்றால் உங்களைவிட மற்ற ஒருவரை நீங்கள் நேசிப்பதில்லை. உங்கள் மீதே உங்களுக்கு அன்பும் மதிப்பும் இல்லாதபோது மற்றவர்களை நேசிக்க உங்களால் முடியாது.

அன்பாக இருக்க வேண்டுமென்று சொன்னதால், சிலர் பாசம் காட்டுவதாக வேஷம் போடுவார்கள். அப்படிப்பட்ட பித்தலாட்டம் உங்களுக்குப் பாதிப்பையே ஏற்படுத்தும். ஒவ்வொருவரும் மற்றவர்கள் மீது உண்மையான அன்பு, பாசத்தைக் காட்டாமல் வேஷம் போட்டுக்கொண்டு இருந்தால், அதற்கான விலையை இந்த உலகத்திலோ அல்லது வேறு உலகத்திலோ கொடுத்தே ஆகவேண்டும்'' என்று சொன்னபோது போலித்தனங்கள் ஒதுக்கப்பட்டு, உள்ளார்ந்த அன்புப் பிரவாகம் பெருக்கெடுக்க வேண்டும் என்ற உணர்வு சாதகர்களுக்கு உண்டானது.

ஹோல்நெஸ் பயிற்சி வகுப்பில் கலந்துகொண்ட சாதகர்கள் பலர் மிகப் பெரிய பணக்காரர்கள். ஆனால், ஆசிரமம் துவக்கக் காலத்தில் மிகச் சிரம திசையில் இருந்ததால், அடிப்படை வசதிகளைத் தவிர வேறு எதுவும் பெரிதாகச் செய்துதர முடியவில்லை. இருந்தும் இதைப்பற்றியெல்லாம், அவர்கள் சிறிதும் கவலைகொள்ளாமல் 'குருவின் நெருக்கம் கிடைத்ததே' என்று எண்ணி எண்ணி பெருமைப்பட்டனர்.

ஆத்ம சாதனைகளில் ஈடுபடும் முயற்சிகள் ஒரு பக்கம் முனைப்பாக நடக்க, மற்றொரு பக்கம் கட்டுமானப் பணிகளிலும், சமையல் பணிகளிலும் தங்களை ஈடுபடுத்திக்கொண்டார்கள் சாதகர்கள். ஒவ்வொரு சாதகரையும் தனிப்பட்ட விதத்தில் கண்டறிந்து, அவர்களுக்கேற்ற பயிற்சி முறையைச் சொல்லிக்கொடுத்தார் சத்குரு. ஆற்றலை அறிந்துகொள்ள வகுப்புகள் துணையாக இருந்தது மட்டுமல்லாமல், மனதில் ஏற்படும் பல்வேறு சந்தேகங்களையும் சற்று விளக்கமாகவே கேட்டு, சத்குருவிடம் விரிவான பதில் பெற்றது ஓர் ஆத்ம விசாரணையாக நடந்தது. "சில யோகிகள் ஏன் காவி கட்டுகிறார்கள், முடி வளர்த்துக்கொள்கிறார்கள் அல்லது மொட்டையடித்துக் கொள்கிறார்கள்?" என்பது போன்ற கேள்விகளையும் சந்தித்தார் சத்குரு.

"யோகதியான அறிவியலில் உள்முகப் பயணம் மேற்கொள்ளும் சாதகர், முதலில் தன்னை உடலோடு அடையாளப்படுத்திக்கொள்வது குறைக்கப்பட வேண்டும். தோற்றம் பற்றிய உணர்வை முதலில்

ஒழிக்க வேண்டும். தோற்றத்தை மாற்றுவதற்கான வழிகளாகத்தான் மொட்டையடித்துக்கொள்வது அல்லது முடி வளர்ப்பது நடக்கிறது.

தன் தோற்றம் எப்படி இருந்தாலும் கவலை இல்லை என்ற மனநிலை ஏற்படும்போது, முடி வளர்க்கலாம். ஆனால், பெண்களைப் பொறுத்தமட்டில், தங்கள் நீளமான கூந்தலை ஒரு முறையேனும் வெட்டாத பெண்களுக்கு, திடீரென்று தலையை மழித்தால், தங்கள் மனதின் சமநிலையை இழந்துவிடுவார்கள். ஏனென்றால் தலையை மழிக்கும்போது சக்தி நிலை மேல்நோக்கி நகர்கிறது. அதைக் கையாள ஒரு மனிதர் தயாராக இல்லாதபோது, சமநிலையை இழக்கும் வாய்ப்பு உண்டு. ஒவ்வொரு மாதமும் அமாவாசைக்கு முந்தைய நாள் இரவு அன்று, மனிதனின் சக்தி நிலை விழிப்பு உணர்வோடு இருக்கிறது. எனவேதான் ஆன்மிகப் பாதையில் இருப்பவர்கள் அந்த நாளில் சக்தி நிலையை மேல்நோக்கிக் கொண்டுசெல்ல தலையை மழித்துக்கொள்கிறார்கள்" என்றார் சத்குரு.

கடவுள்
என்ன செய்வார்?

20

ஒரு சாதகர், "ஆன்மிகப் பாதையில் நடை போடுபவர்கள் ஏன் காவி நிறம் அணிய வேண்டும்?" என்று கேட்க, நிறங்கள் சொல்லும் ரகசியங்களை விளக்கினார் சத்குரு.

"உடலில் உள்ள ஏழு சக்கரங்களுக்கும் நிறம் உண்டு. புருவங்களின் மத்தியில் உள்ளதும், மூன்றாவது கண் என்று சொல்லப்படுவதுமான ஆக்ஞா சக்கரத்தின் நிறம் காவியும் கருப்பும் ஆகும். உங்கள் உயிர்சக்தியைத் தூண்டி, சில எல்லைகளைத் தொடும்போது, ஆக்ஞா, காவி அல்லது கருப்பு என்று நீங்களே உணர்வீர்கள். நீங்கள் காவியை அணிகிறபோது, உங்களைச் சுற்றியுள்ள ஒளி வட்டத்தில் இருக்கும் அழுத்தமான வண்ணங்கள் தூய்மையடைகின்றன.

காவியின் மற்றொரு தன்மை, புதிதான ஒன்றை உங்களுக்கு உணர்த்துகிறது. காவி நிறத்தின் ஆளுகையில்தான் கதிரவன் உதிக்கிறான். வாழ்வில் ஒரு புதிய துவக்கம் நிகழ்வதையும் காவி நிறம் குறிக்கும். காவி நிற ஆடைக்கு மாறும் மனிதன் தன் பழைய தன்மை அனைத்தையும் உதிர்த்துவிடுகிறான். தன்னுடையது என்று இருக்கிற அனைத்தையும் உதறிவிட்டு, வாழ்க்கையின் புதிய பரிமாணத்தையோ, வாய்ப்பையோ நோக்கி நடைபோடுகிற தெளிவு, காவி கட்டுபவருக்கு உண்டாகிறது.

காவி நிறம் கனிவதற்கான அடையாளம். எனவே, காவி அணியும்

மனிதன் மனமுதிர்ச்சியின் ஒரு எல்லைக்கு வந்து அதைத் தொட்டுக்கொண்டு இருக்கிறான் என்று பொருள். காவி நிறம் ஞானம், பார்வை ஆகியவற்றையும் குறிக்கும்.

ஒரு சாது அணியக்கூடிய அடுத்த சிறந்த நிறம் கருப்பு. ஆனால், கருப்பு நிறத்தை எதிர்மறையான விஷயங்களோடு தொடர்பு படுத்துகிறோம். அதனால் நம்மில் பலர் கருப்பு என்றாலே அலர்ஜி யாகிவிடுகிறோம். நீங்கள் கிறித்துவ மதத் துறவிகளைப் பார்த்தால் அவர் கருப்பு அல்லது கருப்புக்கு நெருக்கமான ஒரு நிறத்தையே பயன்படுத்துவார்கள். கன்னியாஸ்திரிகள் தலையில் அணியும் ஆடை கருப்பாகத்தான் இருக்கிறது. அடிப்படையில் கத்தோலிக்கர்கள் தலையில் கருப்பு நிறத்தையும், உடலின் பிற பகுதிக்கு ஆழ்ந்த பழுப்பு நிறத்தையும், இதயப் பகுதியில் வெள்ளை நிற ஆடையும் அணிவார்கள். ஏனென்றால் இதயம் தூய்மையானது என்பதைக் காட்ட வெள்ளை. தலைப்பகுதி ஞானத்தைக் குறிப்பதால் கருப்பு, பற்றற்ற தன்மையைக் குறிக்கவே பழுப்பு நிறம்.

ஏழே நிறங்கள் என்று பொதுவாகச் சொல்லப்படும் நிலையில் எட்டாவது நிறமாகச் சொல்லப்படுவது வெள்ளை. இதற்கு 'அத்வாரங்' என்ற பெயரும் உண்டு. இதற்குப் பொருள் என்னவென்றால், நம்மை கடந்திருக்கிற வாழ்க்கையின் பரிமாணம் என்று அர்த்தம். அது அடிப்படையில் நிறம் அல்ல; நிறமற்ற நிலைதான் வெண்மை. அது எல்லா நிறங்களையும் உள்ளடக்கி இருக்கிறது. உஷ்ண நாடுகளில் வசிப்பவர்கள் வெள்ளை ஆடை அணிவது நல்லது. மனிதர்கள் மீது நல்ல பாதிப்பை உண்டாக்குவது வெண்மை. வெள்ளை உடை அணியும் ஒருவர் ஆன்மிகப் பாதையில் நடந்துகொண்டே வாழ்வின் பிற தன்மைகளுடன் இசைந்து நடக்கிறார் என்று பொருள்" என்று விளக்கியபோது, தங்களை குரு வெள்ளை உடை அணியச் சொன்னது ஏன் என்று பல சாதகர்களுக்குப் புரிந்தது.

சாதகர்களிடம், "தயங்காமல் எதைப்பற்றி வேண்டுமானாலும் கேட்டுத் தெளிவு பெற்றுக்கொள்ளலாம்" என்று சத்குரு அடிக்கடி சொல்வார். கடவுள் பற்றி பல சந்தேகங்கள், கேள்விகள் எழுவது இயற்கைதானே! உருவ வழிபாடு, வழிபாட்டின் அடிப்படை, கோயில்கள் எதற்காக? கடவுளைப் பற்றிய அச்ச உணர்வு என்று பலவிதமான ஐயங்கள், கேள்விக்கணைகளாக உருவெடுத்தன.

"நீங்கள் ஏன் கடவுளை வணங்குகிறீர்கள் என்றால் குழந்தைப் பருவத்திலேயே 'கடவுளை வணங்கினால் தேர்வில் வெற்றி பெறலாம், கடவுளை வணங்கினால் சுலபமாகப் பணம் கிடைக்கும், உங்களை நோய் எதுவும் தாக்காது, பணம் சேரும்' என்றெல்லாம் கடவுள் வழிபாட்டில் ஆதாயம் இருப்பதாக உங்களுக்குச் சொல்லிக்கொடுத்திருக்கிறார்கள். அதனால்தான் நீங்கள் கடவுளை வணங்குகிறீர்கள். மனதைத் தொட்டுச் சொல்லுங்கள், உண்மை

இதுதானே! கடவுளை வணங்கினால் உங்களிடமிருந்து செல்வம் பறிபோய்விடும், பிரச்னைகள் வரும் என்று சொன்னால் கடவுளை நீங்கள் வழிபடுவீர்களா? எனவே கடவுளைப்பற்றிய உங்கள் தேடுதல் என்பது, வசதியாகவும், மகிழ்ச்சியாகவும் இருக்க வேண்டும் என்ற நோக்கம் நிறைவேறத்தான்.

யாராவது உங்களிடம் வந்து கழுதையை வணங்கினால் சந்தோஷம் பெருகும் என்றால் உடனே அதை வழிபடத் துவங்குவீர்கள் அல்லவா! எனவே கோயிலுக்குப் போவது என்பது கடவுளைக் குறித்த நோக்கத்துக்காக அல்லாமல், உங்களுக்குள்ள அச்சம் மற்றும் பேராசை காரணமாகத்தான் அமைகிறது. கோயிலுக்குச் சென்று கடவுளின் முன்னால் ஒரு பெரிய விருப்பப் பட்டியலை

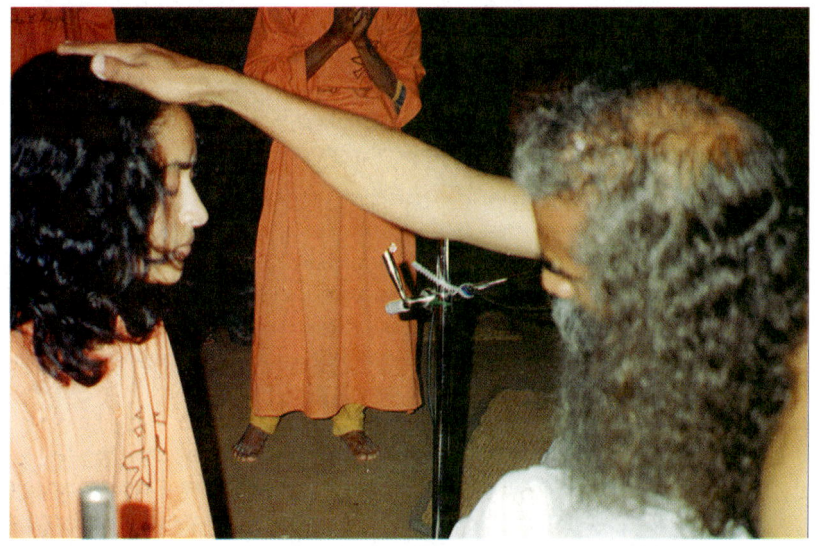

வெளிப்படுத்துகிறீர்கள். இதுதான் ஆன்மிகத்துக்கான தேடலா? உங்கள் பயத்தையும் பேராசையையும் சமாளிக்க கடவுளை ஒரு வாகனமாக வைத்துள்ளீர்கள். அந்த அடிப்படையில் இது புனிதமானதும் அல்ல!"

இந்த வாழ்க்கையில் கடவுளைப் பற்றிய தேடல் உணர்வு எப்படி வரும்? அதையும் அற்புதமாக விளக்கினார் சத்குரு.

"இந்த வாழ்க்கை ஆனந்தமயமானது என்பதை நீங்கள் அனுவபத்தால் உணரும்போதுதான், உங்களுக்குள் இருக்கிற இறைத்தன்மையைக் காண்பீர்கள். ஓர் அருமையான ஓவியத்தையோ அல்லது மணம் வீசும் அழகிய மலரையோ பார்க்கும்போது, உங்கள் மனதில் 'இவற்றைப் படைத்தவர் யார்?' என்ற கேள்விகள்

எழும்போதுதான் உங்களுக்குள் கடவுளைப் பற்றிய தேடல் துவங்கிவிட்டது என்று அர்த்தம். இப்போது நீங்கள் கடவுளைத் தேடிப் போகலாம்.

ஒரு மனிதன் உள்நிலையில் ஆனந்தமாக இருக்கும்போதுதான், அவனால் கடவுளைத் தேட முடியும். உலகியல் வாழ்க்கையில் அமைதியையும் மகிழ்ச்சியையும் தேடுபவர்கள் கடவுளைத் தேடத் தேவை இல்லை. அவற்றை நீங்களே அமைத்துக்கொள்ளலாம். அப்படி முயற்சியால் அமைத்துக்கொண்டபிறகு உங்கள் வாழ்க்கை ஆனந்தமயமாக இருக்குமென்றால், அப்படிப்பட்ட ஆனந்தமயமான வாழ்க்கையைக் கொடுத்தது யார் என்ற கேள்வி உங்களுக்குள் எழுந்தால், அங்கிருந்தும் இறைத்தன்மைக்கான பாதை துவங்கும். கடவுளைப் பொறுத்தமட்டில், யாரோ உங்களுக்குச் சொல்லித்தந்தபடி மகிழ்ச்சியை வேண்டி கடவுளை வணங்குகிறீர்கள். துன்பம் வரும்போதுதான் கடவுளை அதிகம் வழிபடுகிறீர்கள். இதுவும் உங்கள் வசதி கருதிதானே?" என்று சத்குரு விளக்கியபோது ஆன்மிகத் தேடலில் ஈடுபட்டிருந்த சாதகர்களுக்கு, பாதை தெரிவதற்கான அறிகுறிகள் தெரிந்தன.

சந்தேகங்களில் மிக முக்கிய சந்தேகம், உருவ வழிபாடு குறித்ததுதான். "கடவுள் சிலை என்பது கடவுளின் அசலான உருவம் என்று சிலர் உருவாக்கி இருக்கிற வடிவம். ஒரு கைக்குழந்தை தாயின் அரவணைப்புடன் தூங்குகிறது. வளர்ந்த பின் தனியாக படுக்கவைப்பது அதன் வளர்ச்சிக்கு மிக முக்கியம். திடீரென்று தனியாகப் படுக்கவைத்தால் குழந்தைக்குப் பயம். எனவே கட்டியணைத்துக்கொண்டு தூங்க ஒரு டெடி பேர் அல்லது மிக்கிமௌஸ் பொம்மையைக் கொடுக்கிறோம். குழந்தைக்கு, பொம்மையைக் கட்டியணைத்தபடி தூங்குவது வசதியாக இருக்கிறது. குழந்தை வளரும்போது, அதுவே ஒரு கட்டத்தில் பொம்மையைத் தூக்கியெறிந்துவிட்டு, அச்சமின்றி தனித்து உறங்கும். ஆனால் குழந்தை நிலையில் அதற்கு பொம்மை தேவையாக இருந்தது. அந்த நிலையில் அதனிடமிருந்து பொம்மையைப் பிடுங்கினால், அதன் மனநிலை பாதிக்கப்படும். அது போல உங்களுக்கு ஒரு உருவம் தேவைப்படுகிறது. அதைச் செய்யுங்கள். அதில் தவறில்லை. ஆனால் ஒரு கட்டத்தில் இதிலிருந்து விடுபட வேண்டும் என்று உணர்ந்தால் வேறு எதுவும் தேவை இல்லை. ஆனால் இதுதான் கடவுள் என்று முடிவுசெய்துவிட்டால் சிரமம்தான். கடவுளோடு தொடர்புபடுத்திக்கொள்ள உங்களுக்கு ஓர் உருவம் தேவைப்படுகிறது. அதை உருவாக்குகிறீர்கள். தேவைப்படும்போது அதைப் பயன்படுத்துங்கள். ஆனால், அதைத் தாண்டி வளர்ந்துவிட்டால், வெளியே வந்துவிடுங்கள்.

இந்தியாவில் கோயில்கள் வழிபாட்டுக்காக உருவாக்கப்பட்டவை அல்ல. சில காலமாகத்தான் அப்படியொரு தோற்றம் உருவாகி

இருக்கிறது. கோயில் கட்டுவது அழகான விஞ்ஞானம். விக்கிரகம், கர்ப்பக்கிரகம், பிராகாரம் என்று சகல அமைப்புகளும் சரியாகக் கட்டப்பட்டிருந்தால், அதுவே மிகப் பெரிய சக்திமிக்க இடம். அடிப்படையில் சில விஷயங்கள் உள்ளன. விக்கிரகத்தின் அளவு, வடிவம், அதன் முத்திரை, பிரதிஷ்டைக்குப் பயன்படுத்தப்படும் மந்திரம் ஆகிய எல்லாமே சரியாக அமையுமேயானால், அந்த விக்கிரகம் அமைந்திருக்கும் இடம் சக்திமிக்கதாகிவிடும். இந்த முறையில் நல்ல அதிர்வலைகள் அங்கு உணரப்படும். கோயில் அதற்காக உருவாக்கப்பட்ட ஒரு கருவி. கோயில் என்று சொல்லும்போது, புராதனக் கோயில்களைச் சொல்லுகிறேன். நவீன காலத்துக் கோயில்கள் வணிக மையம் போல கட்டப்படுகின்றன. நோக்கமும் அதுவாகத்தான் இருக்கிறது. வணிக மையங்கள்

மக்களின் தேவைகளை நிறைவு செய்வது போல, நவீன கோயில்களும் கடவுளை வைத்துக்கொண்டு அதனைச் செய்கின்றன.

புராதானமான கோயில்கள் ஆன்மிகவிஞ்ஞான அடிப்படையில் உருவானவை. உங்கள் பாரம்பரியத்தில் “கோயிலுக்குப் போனால் கும்பிட வேண்டும், பூசாரிக்கு பணம் தரவேண்டும், எதையாவது கடவுளிடம் கேட்க வேண்டும்” என்று யாரும் சொல்லிததரவில்லை. இப்போது நடப்பது பாரம்பரியத்தின் ஒரு பகுதி அல்ல. உண்மையில் நமது பாரம்பரியம் என்னவென்றால், கோயிலுக்குச் சென்று அமைதியாக அமர்ந்து, எழுந்து வருவதுதான். நீங்கள் ஏன்

கோயிலில் அமர வேண்டுமென்றால், அங்கே ஒரு நல்ல சக்தி இருக்கிறது. காலையில் உலகியல் வாழ்க்கையில் நுழையும் முன் கோயிலுக்குப் போய் அமர்ந்துவிட்டுச் செல்லும் வழக்கம் நமது சமூகத்தில் இருந்தது. இது நேர்மறை அதிர்வுகள் மூலம் உங்களை மறுசீரமைத்துக்கொள்கிற முறை. ஒரு மனிதர் ஆன்மிகப் பாதையில் நடைபோடத் துவங்கிவிட்டால், தினமும் கோயில்களுக்குப் போக வேண்டியதில்லை என்று பாரம்பரியத்தில் தெளிவாக நமக்குச் சொல்லப்பட்டிருக்கிறது. இதையே வேறுவிதமாகச் சொல்வதென்றால், கோயில்கள் என்பது பேட்டரியை சார்ஜ் செய்யும் இடம் போன்றது. உங்களுக்கு நீங்களே சார்ஜ் செய்துகொள்கிறபட்சத்தில் கோயிலுக்குப் போக வேண்டியதில்லை. முன்பெல்லாம் கோயில்கள் பிரார்த்தனை செய்யும் இடமாகக்கூட இல்லை. பலர் பயன்படுத்தும் வகையில் சக்திநிலையின் மையமாகத்தான் இருந்தது. உங்கள் பேராசையை நிறைவு செய்துகொள்ளும் இடமாகவும், கடவுளுக்குத் தகவல் அனுப்பும் இடமாகவும் கோயில்கள் இருந்ததில்லை.

உங்களிடம் இருக்கிற சக்தி நிலையை உயர்த்தி, உங்களை உணரவைப்பதே என் பணி. அதன் மூலம் உங்களுக்குள் இருக்கிற இறைத்தன்மையை உணர்ந்துவிட்டால், உங்களைச் சுற்றியுள்ள எல்லாவற்றிலும் அதை நீங்கள் உணர முடியும். அந்த உணர்வைப் பெறுகிற வகையில் சாமியார்களோ, கடவுளோ அல்லது ‘தன்னை உணர்ந்தவர்களோ’ உங்களுக்கு எதுவும் செய்யப்போவதில்லை. நீங்கள் அவர்களைப் போற்றலாம், வணங்கலாம், அவர்களைப் புகழ்ந்து பாடலாம். அப்படியும் உங்கள் துன்பத்திலிருந்து நீங்கள் விடுபடப்போவதில்லை. கிருஷ்ணர், ராமர், கவுதமபுத்தர், ஏசு என்று பல அற்புதமான அவதார புருஷர்களும், ஞானிகளும், முனிவர்களும் தோன்றியபோதுகூட, துன்பியல் வாழ்க்கையில் அவர்களைச்சுற்றி மனித குலம் உழன்றுகொண்டுதான் இருந்தது. சிலர் மட்டுமே அந்த எல்லைகளைத் தாண்டி வந்தார்கள். எனவே யாகங்கள், வேள்விகள் நடந்தாலும், ஏன் கடவுளே கீழே இறங்கி வந்தாலும், நீங்கள் உங்கள் நிலையில் மாற்றம் செய்துகொள்ளாதவரை எந்த மாற்றமும் ஏற்படாது” என்று சத்குரு முடித்தபோது சாதகர்கள் மத்தியில் எதையோ புரிந்துகொண்ட பிரமிப்பும், ஆழ்கடலின் அமைதியும் வெளிப்பட்டது.

பெண்ணே நீ வாழ்க!

21

ஹோல்நெஸ் வகுப்பின்போது, கூரைக் கொட்டகை, சூறாவளிக் காற்றில் சரிந்து சாதகர் ஒருவருக்கு காயம் ஏற்பட்டதைச் சொன்னோமல்லவா! தொடர்ந்து அடித்த மழை மற்றும் காற்றினால், கூரைக் கொட்டகையில் வகுப்பு நடத்த முடியாத நிலை ஏற்பட்டது. கொட்டகையைப் பழுதுபார்க்க வேண்டிய கட்டாயம் வந்தது.

"சத்குரு... அப்போ நாளைக்கு வகுப்பு எங்கே?" என்று ஆர்வமுடன் கேட்டார் ஒரு சாதகர்.

"அதோ, அங்கே!" என்று வெள்ளியங்கிரியைக் காட்டினார் சத்குரு.

"வெட்டவெளியில், கொட்டும் மழையில் எப்படி?" என்று சில சாதகர்கள் தயங்கித் தயங்கிக் கேட்டார்கள்.

"நீங்கள் என்ன உப்பா, சர்க்கரையா... கரைவதற்கு?" என்று கேட்ட சத்குரு, மறுநாள் காலை சாதகர்களை அழைத்துக்கொண்டு மலைக்குப் புறப்பட்டுவிட்டார். அவர்களில் பதினைந்து பெண் சாதகர்களும் உண்டு.

மூன்று நாட்கள், முதல் மலையின் சமவெளிகளிலும்... மழை பெய்யும்போது, மரம் மற்றும் பாறைகளின் அடியிலும் வகுப்புகள் நடந்தன. பாம்புகள், விஷப்பூச்சிகள் பயம் ஒரு பக்கம் இருக்க, காட்டு யானைகளும் கிட்டே நெருங்கி வந்து அலறவைத்தன.

மலையிலும் சாதகர்களின் கேள்விக் கணைகள் தொடர்ந்தன. சாதகர்கள் சமையல் வேலையில் ஈடுபடும்போது, சத்குருவும் அதில் இணைந்துகொள்ளவே, அவர்களின் உற்சாகம் கரை புரண்டது. வேத காலத்தில் பெண்கள் நிலை, பெண் ஞானிகள் ஏன் அதிகம் உருவாவதில்லை. பெண்கள் ருத்திராட்ச மாலை அணியலாமா? போன்ற பல கேள்விகள் பெண் சாதகர்களிடமிருந்து புறப்பட்டு வந்தன.

“வேத காலங்களில் அந்தணர் அணிகிற பூணூலை பெண்களும் அணிந்திருந்தார்கள். பூணூல் இல்லாமல் வேதங்களையோ, இதிகாசங்களையோ படிக்கக் கூடாது என்ற விதிமுறை அன்றைக்கு இருந்தது. ஆன்மிகம் ஆண்களுக்கு மட்டும் உரியதன்று. பெண்களுக்கும் ஏற்புடையதே என்பதால் பெண்களுக்கும் பூணூல் அணிவிக்கப்பட்டிருந்தது” என்ற தகவலை சத்குரு சொன்ன போது சாதகர்கள் ஆச்சர்யம் அடைந்தார்கள். “அது மட்டுமல்லாமல் வேத காலங்களில் ஆன்மிக வாழ்க்கையைப் பொறுத்தமட்டில் ஆண்களுக்குச் சமமாகப் பெண்கள் கருதப்பட்டார்கள்” என்ற சத்குரு, ஜனக மகாராஜாவின் அரண்மனையில் நடந்த ஒரு விஷயத்தை விளக்கினார்.

“ஒரு முறை ஜனக மகாராஜா ஆன்மிக விவாதம் ஒன்றை ஏற்பாடு செய்தார். அதில் பங்கேற்க மிகப் பெரிய முனிவர்களும், ஞானிகளும், சாதுக்களும், மிதிலை நகரில் வந்து குவிந்தார்கள். மனித வாழ்க்கையில் இந்த உலகம் அமைந்திருக்கும் யதார்த்தத்தில், எவை எவை பொய், எவை எவை உண்மை என்று கண்டறிவதற்கான போட்டி என்றுகூட அதைச் சொல்லலாம்.

அரசர் ஜனகரே ஆன்மிகப் பாதையில் மிக உயர்நிலையில் இருந்தவர். இந்த விவாதம் ஞானிகளிடையே மட்டுமல்லாமல் சாதாரண மக்களிடையேயும் நல்ல எதிர்பார்ப்பைத் தூண்டியது. தொடக்க நிலையில் ஒவ்வொருவரும் பங்கேற்கும்விதமாக அமைந்திருந்த விவாதம், போகப்போக சூட்சும நிலையில் நடைபெறத் துவங்கியது. பலருக்கு, என்ன விஷயங்கள் அலசப்படுகின்றன என்பதைக்கூட புரிந்துகொள்ள முடியவில்லை. விவாதத்தின் முடிவில் இரண்டே இரண்டு பேர்தான் தொடர்ந்து விவாதித்துக்கொண்டு இருந்தார்கள். ஒருவர், யாக்ஞவல்கியர். மற்றொருவர், மைத்ரேயி என்ற ஞானப் பெண்மணி.

இந்த இருவருக்கும் இடையே நாட்கணக்கில் விவாதம் நடைபெற்றது. உணவு, உறக்கம் இல்லாமல், தொடர்ந்து கருத்துப் போர். இறுதியில் மைத்ரேயி கேட்ட ஒரு கேள்விக்கு யாக்ஞவல்கியரால் பதில் சொல்ல முடியவில்லை. இத்தனைக்கும் அவர் ஆன்மிகப் பாதையில் செல்ல அரச பதவியைத் துறந்தவர். மைத்ரேயியின் கேள்விக்கு பதில் சொல்ல மிகவும் சிரமப்பட்ட அவர், கோபமும் பதட்டமும் அடைந்தார். அதன் விளைவாக யோசிக்கும் நிலை

தடுமாறியது. ஆத்திரம் தலைக்கேறி, ‘இன்னமும் ஒரு கேள்வி கேட்டால் நீ துண்டு துண்டாய் சிதறுண்டு போவாய்’ என்று மைத்ரேயியைப் பார்த்துச் சொல்ல, நிலைமையை கவனித்துக்கொண்டு இருந்த ஜனக மகாராஜா தலையிட்டார். யாக்ஞவல்கியரிடம், “உங்களுக்கு எல்லாம் தெரிந்திருப்பது போல ஒரு தோற்றம் இருந்தாலும், வாழ்க்கை அனுபவத்துக்குள் அவையெல்லாம் வராததால் உங்களால் கேள்விகளுக்குப் பதில் சொல்ல முடியவில்லை” என்றார் ஜனகர்.

வாதத்தில் வென்ற மைத்ரேயிக்கு உரிய மரியாதைகள் செய்யப் பட்டன. தன் குறைகளை உணர்ந்த யாக்ஞவல்கியர், அவரது கால்களில் விழுந்து தன்னையும் ஒரு சீடராக ஏற்க வேண்டுமென்று கேட்டுக்கொண்டார். தன் அளவுக்கு ஞானம் கைவரப் பெற்றவராக இல்லாவிட்டாலும், ஓரளவு தனக்கு இணையாக வரும் அளவுக்கு அவர் தகுதியுடையவர் என்பதால் மைத்ரேயி அவரைத் தன் கணவராக ஏற்றுக்கொள்வதாகச் சொல்லிவிட்டார். குடும்ப வாழ்க்கை தொடர்கிறது.

ஒரு குறிப்பிட்ட காலத்துக்குப் பிறகு, யாக்ஞவல்கியர் தன் மனைவியிடம், “என்னிடம் இருப்பதையெல்லாம் எடுத்துக்கொள். நான் கானகத்துக்குப் போய் என்னை நானே உணரும் முயற்சியில் ஈடுபடப்போகிறேன்” என்றார். “இந்த அற்ப விஷயங்களைப் பெரிதென்று எண்ணி பேசாமல் இருந்துவிடுவேன் நான் என்று நினைக்கிறீர்களா?” என்ற மைத்ரேயி கணவனுடன் கானகத்துக்குப் போய் ஞானமடைந்த நிலையில் அவர்கள் வாழ்கிறார்கள்.

கி.மு 3000 வருடத்திலிருந்தே வரலாறு நமக்குச் சொல்வது என்னவென்றால், ஆணும் பெண்ணும் சரிநிகர் சமானமாக வாழ்ந்து வந்திருக்கிறார்கள் என்பதுதான். காட்டுமிராண்டித்தனமான படையெடுப்புகளுக்குப் பின்னர்தான் பெண் தனது சுதந்திரத்தை இழக்கத் துவங்கினாள். ஆண்கள் நாட்டைக் காக்கும் பணியில் ஈடுபடுவது ஒரு பக்கம் இருக்க, எதிரிகளிடம் இருந்து பெண்களைப் பாதுகாக்கும் பொறுப்பும் உண்டானது. எனவே பெண்கள் வீடுகளுக்குள் முடக்கப்பட்டு, சுதந்திரம் பறிக்கப்பட்டது. வெளிச்சூழல் காரணமாக விதிக்கப்பட்ட தடைகள், பின்னர் நிரந்தரச் சட்டங்களாக மாற்றப்பட்டு பெண்கள் நான்கு சுவர்களுக்குள் அடக்கப் பட்டார்கள்.

அப்படிப் பலியானதில் முதலில் பறிபோன உரிமை பெண்கள் பூணூல் அணிவதுதான். ஒரு பெண் முக்தியடைய அல்லது தன்னை உணர்வதற்கான ஒரே வழி, தன் கணவனுக்குப் பணி செய்வதன் மூலமாகத்தான் என்று அன்றைய ஆண் சார்ந்த சமூகம் முடிவு செய்தது. காலப்போக்கில் துறவு மேற்கொள்வதுகூட ஆணுக்கு மட்டுமே சாத்தியம் என்று வரையறுத்துவிட்டார்கள்.

ஆனால், வேத காலத்தில் பெண்ணுக்கு இந்த உரிமை இருந்திருக் கிறது என்பதையும், ஒவ்வொரு ஆணுடைய வாழ்க்கையிலும் பெண்ணின் பங்களிப்பு என்பது மிகப் பெரியது என்பதையும் புரிந்துகொள்ள வேண்டும். பெண்களை இரண்டாம்பட்சமாக நினைக்கும் நிலை இருக்கும் வரை அங்கே ஆன்மிகம் இருக்க வழியே கிடையாது. பெண்களின் சமத்துவத்தைப் பறிக்கத் துவங்கிய பிறகு, குடும்பங்களில் தாண்டவமாடிய ஆனந்தம் விடைபெற்றுக்கொண்டது. ஒருவர் சுதந்திரமாகவும் மற்றொருவர் அடிமையாகவும் இருக்கும்போது, அங்கே பரஸ்பரம் அவநம்பிக் கையும், பதட்டமும், பரபரப்புமே தோன்றி அமைதிக்கு வேட்டு வைக்கின்றன. பெண்களின் ஆற்றலை அங்கீகரிக்காத எந்த ஆணும் இல்லற வாழ்விலும், தன்னைத் தேடும் முயற்சியிலும் வெற்றி பெறவே முடியாது" என்று பெண்களைப் பெருமைப்படுத்திய சத்குரு, "பெண்களை ஆண்கள் சீர்திருத்த வேண்டும் என்பது அவசியம் இல்லை" என்று விவேகானந்தர் சொன்னதையும் நினைவுகூர்ந்தார்.

ஒரு சமூக சேவகர் விவேகானந்தரிடம், "சமூகச் சீர்த்திருத்தங்கள் செய்து பெண்களுக்கு உதவ விரும்புகிறேன்" என்று சொன்னாராம். அதற்கு அவர், "பெண்கள் மிகப் பக்குவப்பட்டவர்களாகத்தான் இருக்கிறார்கள். வாய்ப்புக் கொடுத்தால், தன்னைத்தானே சீர்படுத்திக்கொள்வார்கள்" என்று சொன்னாராம்.

"ஒரு பெண் ஞானத்தை வெளிப்படுத்தத் துவங்கிவிட்டாலே, அவளை சூன்யக்காரி என்று கொன்றுவிடுவார்கள். ஐரோப்பாவில் நூற்றுக்கணக்கான பெண்களை ஒழுக்கம் கெட்டவர்கள் என்றும் குற்றம் சாட்டுவார்கள். இன்று கொலை செய்வதெல்லாம் சட்டப்படி குற்றம் என்பதால் சமூகத்திலிருந்து ஒடுக்கிவைக்கிறார்கள். சமூகத்துடன் ஒத்துழைப்பு இருந்தால், பெண்களில் சிறந்த குருமார்கள் உருவாக முடியும். இந்நிலை எதிர்காலத்தில் ஏற்படும்பட்சத்தில் அதிக அளவில் பெண் குருமார்களைச் சந்திக்கும் வாய்ப்பு வரும்" என்ற நம்பிக்கை தெரிவித்தார் சத்குரு.

பாம்பு

22

தியானலிங்க வளாகத்துக்குள் நுழைவாயிலைக் கடந்து பரிக்கிரமா என்ற முன் பகுதிக்குள், இடதுபுறம் பதஞ்சலி முனிவரின் திருவுருவச்சிலை வைக்கப்பட்டிருக்கிறது. பதினொரு அடி உயரமான இச்சிலை நிலத்துக்குக் கீழே ஐந்தடியில் பாதி பாம்பு உருவத்தோடும், நிலத்துக்கு மேலே மனித உருவத்தோடும் அமைக்கப்பட்டிருக்கிறது. உள்ளே நுழைந்தவுடன் நில மட்டத்திலிருந்து பார்த்தால், முனிவரின் மனித உருவம் மட்டும்தான் தெரியும்.

அது சரி. யார் இந்த முனிவர்?

யோகக் கலையின் தந்தையாகக் கருதப்படுபவர்தான் இந்த பதஞ்சலி முனிவர். யோக அறிவியல் கலை என்பது, மனிதகுலத்தைப் படைத்தவனின் கொடை என்றால் அந்தக் கலையை நெறிப்படுத்தி, முறைப்படுத்தி, மனிதகுலம் பயன்படும் வண்ணம் கொடுத்தவர் பதஞ்சலி.

யோக அறிவியலை மட்டுமல்லாமல், ஆயுர்வேதம், சமஸ்கிருத இலக்கணம் ஆகியவற்றையும் மனிதகுலத்துக்கு அளித்தவர் இவரே.

பாம்பும் மனித உருவில் கலந்த முனிவரின் திருவுருவம் ஒரு வகையில் மனிதனின் பரிமாண வளர்ச்சியைக் குறியீடாகச் சொல்வது. தவிர, குண்டலினி சக்தியின் குறியீடாகவும் பாம்புதான் சொல்லப்படுகிறது என்பதையும் நாம் ஏற்கனவே சொல்லியிருக்கிறோம்.

முனிவரின் தலை மீது படமெடுத்து நிற்கும் ஏழு தலை நாகம், சக்கரங்களின் மூலமாக மேல் நோக்கித் தூண்டப்பட்ட சக்தி நிலையைக் குறிக்கிறது. இது யோக அறிவியலின் லட்சியத்தைச் சொல்கிறது. எனவே ஈஷாவின் யோக மார்க்கத்தில் பாம்புகள் முக்கிய இடத்தை வகிப்பது மட்டுமல்லாமல், அவற்றுக்கு உரிய மரியாதையும் தரப்படுகிறது.

முழுமைப் பயிற்சியின்போது ஒரு சாதகர், "கழிப்பறையில் பாம்பு வந்துவிட்டது, நாங்கள் மிகப் பயந்துபோனோம்." என்றார். அதைக் கேட்டுச் சிரித்த சத்குரு, "அவை வசிக்கும் இந்தப் பகுதிக்குள் அத்துமீறி நுழைந்திருப்பவர்கள் நாம்தான். அவை அதன் இடத்தில்தான் இருக்கின்றன. பாம்பு தானாக வந்து உங்களைக் கடிக்கப்போவதில்லை. அது இருப்பது தெரிந்தால் நீங்கள் செய்ய வேண்டியது, அது நகர்கிற வரை பேசாமல் இருக்க வேண்டியதுதான். மனித நடமாட்டத்தை உணர்ந்தவுடன் அதுவே நகரத் துவங்கிவிடும். மனிதனைப் பாம்பு கடந்தால், பத்து நிமிடங்கள் பொறுத்திருங்கள் என்று பாரம்பரியமாகச் சொல்லப்படுவது உண்டே! பாம்புகள் மனிதனைத் தவிர்க்கப் பார்க்கும்.

இந்தியாவில் 90 சதவிகிதப் பாம்புகள் விஷமற்றவை. நாகப்பாம்புகள், கட்டுவிரியன் போன்ற பாம்புகள்தான் விஷமுடையவை. மற்ற பாம்புகள் கடித்தால் எறும்போ, கொசுவோ கடிப்பது போலத்தான். வலியே இருக்காது. பாம்பைப் பார்த்து ஏன் அச்சம்? இந்த உடம்பைப்பற்றிக் கவலைப்படாமல் பிரபஞ்சத்தில் கரைந்து போவதற்காக உங்களைத் தயார்படுத்திக்கொள்வதாகச் சொல்லும் நீங்கள் அச்சப்படுவது நகைப்புக்கிடமான விஷயம்.

இங்கே சிலர் பாம்பை அடிக்க நினைக்கிறார்கள். ஒன்று மட்டும் சொல்கிறேன். பாம்பை அடிப்பது என்பது மட்டும் இங்கே நடக்கவே நடக்காது. என்னைச்சுற்றி இருப்பவர்கள் பாம்பைக் கொன்றால் அந்தப் பாதிப்பு அவர்களுக்கு வரும். அதற்கு ஏதேனும் தீங்கு விளைவித்தால், என்னைச் சுற்றி இருப்பவர்கள் பாதிக்கப்படுவார்கள்" என்று தெளிவாக சாதகர்கள் மனதில் பதியும்படி சொன்னார் சத்குரு.

பல விஷப்பாம்புகளையும் லாவகமாகப் பிடிக்கும் சத்குருவையே நாகம் ஒன்று தீண்டியிருக்கிறது.

சாமுண்டி மலைப் பாறையில் சத்குரு அவர்கள் அமர்ந்திருந்தபோது, பாறைப் பிளவில் பாம்பு இருப்பதைப் பார்த்திருக்கிறார். ஆர்வத்தின் பேரில் பிடித்து இழுத்தார். வெளியே வந்தவை, பின்னிப் பிணைந்த இரு பாம்புகள். ஒரு பாம்பு கையில் மாட்டிக்கொள்ள, மற்றொரு பாம்பு பாதத்தில் விழுந்தது மட்டுமல்லாமல் கடித்தும்விட்டது. அதுவும் மூன்று இடங்களில் கொத்திவிட்டது. விஷம் பாய்ந்துவிட்டதை உணர்ந்தார் சத்குரு. விஷம் ஏற, ஏற வலி துவங்கியது. விஷப்

பாம்புகள் கடித்தவுடன் அதன் விஷம் ரத்தத்தை அடர்த்தியாக்கிவிடும். அதன் காரணமாக ரத்தத்தை பம்ப் செய்ய முடியாமல் இதயம் போராடும். இதனால் மூச்சு முட்டும். உயிர் போகும். இதற்கு ஆறு மணி நேரம் ஆகலாம். உடலின் மேல்பகுதியில் பாம்பு கடித்தால் விஷம் வேகமாகப் பரவி, இதயம் நிற்கும் ஆபத்து உண்டு. ஆனால் கைகளிலோ அல்லது கால்களிலோ கடித்தால் கடித்த இடத்தை சற்றே கிழித்து விஷத்தை வெளியேற்ற முடியும்.

சத்குரு வலியை பொறுத்துக்கொண்டு சைக்கிளை வேக, வேகமாக மிதித்து முதலில் தென்பட்ட வீட்டுக்குப் போய் கதவைத் தட்டினார். கதவைத் திறந்த பெண்மணியிடம், “ஐந்தாறு டம்ளர்கள், பால் கலக்காத கருப்பு தேநீர் தர முடியுமா?” என்று கேட்டார். “எதற்கு?” என்றவரிடம் தனக்கு பாம்பு கடித்துவிட்டதைச் சொன்னார் சத்குரு. “அதற்கும் கருப்புத் தேநீருக்கும் என்ன சம்பந்தம்?” என்று கேட்டார் பெண்மணி. “கருப்பு தேநீர் சாப்பிட்டால் ரத்தம் கெட்டிப்படுவதைக் குறைத்து விஷத்தின் வீச்சை மட்டுப்படுத்தி விடும்” என்று சத்குரு சொன்னவுடன் ஆச்சரியப்பட்டுப் போய் அந்தப் பெண்மணி, உடனே பெரிய பாத்திரம் நிறைய கருப்புத் தேநீர் போட்டுக் கொடுத்தார். அதை அருந்திய சத்குரு, சைக்கிளை மீண்டும் வீடு வரை மிதித்துக்கொண்டு வந்து அப்பாவிடம் சொல்லாமல் தனது அறைக்குப் போய்விட்டார்.

சில மணி நேரங்கள் கழித்த பிறகு விஷம் தீவிரமாகிவிட்டது போலத் தோன்றியது. இமைகள் கணக்கத் துவங்கின. கண் களைத் திறந்துவைப்பதே கடினமாக இருந்தது. சில யோகப் பயிற்சிகளைச் செய்துவிட்டு உணவு சாப்பிட்டுவிட்டு படுத்துவிட்டார் சத்குரு. நினைவுகள் தப்பின. ஆனால் 12 மணி நேரம் கழித்து எதுவும் நேராதது போல் காலையில் புத்துணர்ச்சியுடன் எழுந்தார். கருப்புத் தேநீர் அவரைக் கைவிடவில்லை. இந்த அனு பவத்தைச் சாதகர்களுடன் பகிர்ந்துகொண்ட சத்குரு, “பாம்புகளைக் கண்டு அச்சப்பட வேண்டாம். தப்பித் தவறிக் கடித்துவிட்டால், பதட்டப்பட வேண்டாம்” என்பதையும் பக்குவமாக அவர்களுக்கு விளக்கியது சிறந்த வழிகாட்டலாகவும் விழிப்பு உணர்வு ஊட்டுவ தாகவும் இருந்தது.

பாம்புகள் இன்றளவும் சத்குருவுடன் நட்பாக இருந்து வருகின்றன. ஆசிரமத்தில் உள்ள சத்குருவின் குடியிருப்புப் பகுதியைத் தேடி ஒரு பெரிய நாகம் அன்றாடம் வந்து செல்கிறது.

“பாம்புகள் நமது இந்தியப் பாரம்பரியத்தில் முக்கிய இடம் வகிக்கும்போது, மேற்கத்தியக் கலாச்சாரத்தில், பாம்புகள் தீய சக்திகளாக பார்க்கப்படுகின்றதே! அது ஏன்?” என்று சத்குருவிடம் கேட்டார் ஒரு சாதகர்.

“மேலை நாட்டு மக்கள் பாம்புகளின் மீது எதிர்ப்பு உணர்ச்சியை வளர்த்துக்கொண்டு இருக்கிறார்கள் என்றால், அதற்குக் காரணம், அடிப்படையைத் தவறாகப் புரிந்துகொண்டதுதான். அது சாத்தானின் வேலையாள் என்று கருதப்படுகிறது. உலகின் முதல் பெண்மணியான ஏவாளை, பாம்புதான் ஆப்பிள் சாப்பிடத் தூண்டியதாக கருதப்படுகிறது.

ஆண், பெண் என்ற அடையாளங்களை மறைத்திருந்த ஆதாமுக்கும் ஏவாளுக்கும் இடையில் வாழ்க்கைக்கே வாய்ப்பு இல்லை. பாம்பு, புத்திசாலியாக ஏவாளைக் கருதி அவளைத் தூண்டியது. வாழ்க்கை நிகழ்ந்தது. மனிதகுலத்துக்கு அங்கே விதை போடப்பட்டது. எனவே பூமியில் உயிர்கள் என்பது கடவுளுடைய படைப்பு என்று நீங்கள் ஒப்புக்கொண்டீர்கள் என்றால், அதைத் தூண்டிய உன்னதமான பணியைச் செய்தது பாம்பல்லவா?

இந்தப் பின்னணியில் பார்த்தால் பாம்பு, நிச்சயம் கடவுளின் தூதராக இருக்க வேண்டுமே தவிர, நிச்சயம் சாத்தானின் தூதுவராக இருக்க முடியாது. வாழ்க்கையின் அடிப்படை உயிரியல் தன்மையை உணராதவர்கள்தான் பாம்பை சாத்தானின் தூதுவர் என்று சொல்லுவார்கள். பாம்புகளை புனிதமாகக் கருதுவது இந்தியர் மரபு. அதனால்தான் கோயில்களில் பாம்புகள் இருக்கின்றன. மனிதனுடைய பரிணாம வளர்ச்சியில் பாம்பு முக்கியமாக இடத்தை வகிக்கிறது. ஆகவே, பாம்புகளை சாத்தானின் தூதுவர் என்று கருதுவது அறியாமை. மனிதகுலம் நிலைத்து நீடிக்க வேண்டும் என்று கடவுள் கருதியிராவிட்டால், பாம்பின் தூண்டுதலில் ஏவாள் ஆப்பிளைச் சாப்பிட்டிருக்க மாட்டார். அதுதான் வாழ்க்கையின் வேர். எனவே வாழ்க்கை, கடவுளின் படைப்பு என்றால், பாம்பு நிச்சயம் கடவுளின் தூதர்தான்!” என்று விளக்கினார் சத்குரு.

மதம் பிடிக்க வேண்டாம்!

23

ஈஷாவின் சாதகர்கள், மோதிர விரலில் பாம்பு உருவுடன் உள்ள செம்பு மோதிரம் போட்டிருப்பதைப் பார்க்கலாம். உயிர் சக்தியான குண்டலினி சக்தியின் குறியீடாக பாம்பு இருப்பதைப் பற்றி பலமுறை சொல்லியிருக்கிறோம். இந்த வகையான மோதிரத்தை ஏன் அணிய வேண்டும்?

‘‘ஒவ்வொரு மனிதரும், அவர் வாழ்க்கை என்று எதை அறிந்திருக்கிறாரோ, அதன் உச்சத்தைக் காண வேண்டும் என்ற ஆவல் இயல்பாகவே இருக்கிறது. உலகின் கிழக்குப் பகுதி நாடுகள் சிலவற்றில், இந்த மனித விருப்பத்தைச் சீறும் பாம்பாகச் சித்தரித்திருக்கிறார்கள். ஈசன் தலையில் நாகம் படமெடுத்து நிற்பது என்பது உயிர் சக்தி மேல் நோக்கி நகர்ந்து, சகஸ்ரஹார சக்கரத்தைத் தூண்டிவிட்ட நிலையைக் குறிக்கிறது’’ என்று விளக்கிய சத்குரு, மோதிர விரலின் முக்கியத்துவத்தையும் சாதகர்களுக்கு உணர்த்தினார்.

“மோதிர விரலானது, பல உணர்ச்சிமிக்க நாடிகளின் அல்லது சக்தி வழிகளின் இருப்பிடமாக இருக்கிறது. அந்த நாடிகளை அல்லது சக்தி வழிகளை, தகுந்த தீட்சை மற்றும் பயிற்சிகள் மூலம் தீவிரமாகத் தூண்டிவிட முடியும். தன் மோதிர விரலின் மீது ஆளுமையுள்ள ஒருவர், வேறொருவரின் விதியையே மாற்றி எழுத முடியும் என்பது விஞ்ஞான உண்மை. மோதிர விரலின் அடிப்பாகத்திலிருந்து நுனி வரை பல பிறவிகளின் அனுபவங்கள் பதிந்துள்ளன. அந்த விரலின் வெவ்வேறு இடங்களைத்

தொடும்போது, வெவ்வேறு அனுபவங்களை உணர முடியும். அந்தவிதத்தில் மோதிர விரலின் ஒவ்வொரு மில்லிமீட்டரும், ஒவ்வொருவிதத்தில் வித்தியாசமானது. மோதிர விரல் கம்ப்யூட்டரின் மவுஸைப் போன்றது. அதைவைத்து எதையும் செய்ய முடியும். எனவேதான் மோதிர விரலின் மீது ஆளுமை உள்ள ஒருவர், எவருடைய விதியையும் திருத்தி எழுத முடியும் என்று சொல்கிறோம்" என்றார் சத்குரு.

மோதிர விரலில் பாம்பு உருவுடன் செம்பு மோதிரம் அணியும்போது, ஒருவரது உடல் ஒருநிலைப்படுத்தப்படுகிறது. ஆத்ம சாதனைகளுக்கு உதவியாக இருக்கிறது. சரியான, தக்க வழிகாட்டுதலுடன் கூடிய ஆன்மிகப் பயிற்சிகளுடன் பாம்பு மோதிரம் அணிவது, இறை நிலைப் பரிமாணங்களுக்கான திறவுகோலாகவும் அமைகிறது.

மரணம், கடவுள், கோயில் என்று மனதைக் குடையும் பல தீவிர மான விஷயங்களுக்கு சத்குருவின் விளக்கங்களைக் கேட்டறிந்த சாதகர்களின் அடுத்த கேள்விக்கணை மதங்கள் தொடர்பாக அமைந்தது.

ஈஷா யோக மையம், மதங்களை எந்தக் கண்ணோட்டத்தில் பார்க்கிறது? உலகில், குறிப்பாக நமது நாட்டில் மத மோதல்கள் ஏன்? மோதல்களை தடுத்து நல்லுறவை வளர்ப்பது எப்படி? என்பது போன்ற கேள்விகள் சங்கிலியாகத் தொடர்ந்தன.

"எந்த ஒரு மார்க்கத்தை மனிதன் பின்பற்றினாலும், அது அடிப்படையில் மனிதகுல மேம்பாட்டுக்கு என்பதைத்தான் பல வழிகளில் நினைவுபடுத்துகிறோம். மனிதன் உயர்ந்த நிலையை அடைவதற்குத்தான் ஆன்மிகமே தவிர, சில குறிப்பிட்ட நம்பிக்கைகளுடன் தன்னை அடையாளம் காண அல்ல. மனிதன் மதத்தன்மை எய்துகிறான் என்றால், அது அனைத்து மோதல் களுக்கும் முடிவாக இருக்க வேண்டும். ஆனால் துரதிஷ்டவசமாக மதங்களே மக்களுக்கு அதிகபட்சத் துன்பத்தை உண்டாக்கிவிடுகின்றன. இதற்குக் காரணம், உங்கள் வழிதான் சிறந்தது என்று நீங்கள் நம்ப, மற்றொருவர், தனது வழிதான் சிறந்தது என்று கருதுவது. மதங்கள், மனிதனின் உயர்நிலை நோக்கிய பயணத்துக்குத் தூண்டுகோலாக அமைந்தாலும், ஒரு எல்லைக்கு மேல் அவை திசை திரும்பி நம்பிக்கைகளின் தொகுப்பாக மாறிவிட்டன.

மனிதனின் மகத்துவத்தைப்பற்றி எல்லா மதங்களும் பேசுகின்றன. ஆனால் அந்த மதங்களை ஏற்று நடப்பவர்கள், மற்றொரு மனிதனின் உயிரை எடுக்கவும் தயங்குவதில்லை. இந்த மத மோதல்களின்போது, ஒரு தற்காலிகமான தீர்வைப் பார்ப்பதால், இது மீண்டும் மீண்டும் நிகழ்கிறது. இதற்கு மிக அடிப்படையான காரணம், தங்கள் வாழ்வில் உணராத ஒன்றில் நம்பிக்கை வைத்திருப்பதுதான்.

இதற்கு மாறாக உண்மையை நோக்கி நாம் நகர்ந்தோமானால், எந்த மதத் தலைவராக இருந்தாலும், இறுதியில் சந்திக்கும் இடம் ஒன்றாகத்தான் இருக்க முடியும். எல்லோருக்கும் ஒரே உண்மைதான். ஆனால் எது உண்மை; எது உண்மை இல்லை என்பது பற்றி தனித்தனியான நம்பிக்கை இருக்கிறது. பார்க்கா ததையும் அனுபவித்து உணராததையும் நம்புகிறார்கள். எல்லா முரண்பாடுகளுக்கும் இதுதான் காரணம்.

நமது நோக்கம், மதத்தை ஒரு உள்நிலை அனுபவமாகக் கொண்டு சேர்ப்பதே தவிர, அதை ஒரு நம்பிக்கையாக நிலைநிறுத்துவது அல்ல. நம்பிக்கையாக அணுகாமல் அறிவியலாக அணுகத் துவங்க வேண்டும். தொன்மையான மதங்கள்கூட நம்பிக்கைக்கு அதிக முக்கியத்துவம் கொடுப்பது துரதிர்ஷ்டவசமாகும். எல்லா மதங்களும் பக்திக்கு முன்னுரிமை கொடுக்கின்றன. ஆனால் பக்தி என்பது, அப்பாவியாக, குழந்தைத்தனமாக இருக்கும் மனிதர்களுக்குத்தான் சரி. குழந்தையைப் போன்ற மனநிலை தேவை என்பதை எல்லா மதங்களும் சொல்கின்றன. 'இந்தப் பாதை குழந்தைகளுக்கு உண்டானது; கடவுளின் சாம்ராஜ்யத்தைக் குழந்தைகள் சென்றடைவார்கள்' என்பதை இயேசுவும் சொல்லி யிருக்கிறார். இதன் பொருள் குழந்தை போன்ற தன்மையுடை யவர்கள்தான் பக்தி என்ற பாதையில் நடைபோட முடியும் என்பது தான். தர்க்க அறிவு வளர்ந்து மனிதன் சிந்திக்கத் துவங்கும்போது, மனம் பக்தியில் நடைபோடாது. அது தன்னைத்தானே பல வழிகளில் ஏமாற்றிக்கொள்ளும்."

"மத முரண்பாடுகளைத் தீர்க்க ஈஷாவின் பங்களிப்பு என்ன?" என்று ஒரு சாதகர் கேட்ட கேள்வி, சத்குருவிடமிருந்து மதங்களைப் பற்றி மேலும் பல விளக்கங்களுக்கு வழிவகுத்தது.

"மதம் என்பது, ஒரு குழுவுக்கோ, மற்றொரு குழுவுக்கோ அடை யாளம் என்பது மிக மிகத் துரதிர்ஷ்டமானது. இது பிரிவினையையும் மோதலையும்தான் உண்டாக்கும். தனி மனிதர்கள் பல காரணங்களுக்காக மோதிக்கொள்ளலாம். ஆனால் குழுக்கள் மோதிக்கொள்ள வேண்டிய அவசியம் என்ன?

மதம், இந்தக் குழுக்களைப் புனிதமானவர்களாக மாற்றியிருக்க வேண்டும். ஆனால், குறைந்தபட்சம் மனிதர்களாகக்கூட மாற்றவில்லை என்பது மிக்க வருத்தம் தரும் விஷயம். மாறாக, அவர்கள் விலங்குத்தன்மையை வளர்த்து வருகிறார்கள். ஒரு குழுவுக்கு, மற்றொரு குழு எப்போதும் அச்சுறுத்தலாகவே இருக்கிறது. எல்லாவற்றுக்கும் ஓர் எல்லை இருக்கிறது. எல்லையைத் தாண்டினால், அவ்வளவுதான். துரதிர்ஷ்டவசமாக பல மதங்கள் மக்களுக்கு இதைத்தான் செய்கின்றன. மத விவகாரத்தில் மனிதன் குழுவாகச் செயல்படும்போதுதான், தனது சிந்திக்கும் திறனை

இழந்து மோதல்களில் ஈடுபடுவதற்குத் தூண்டப்படுகிறான்" என்றார் சத்குரு. இயேசு, கௌதம புத்தர் ஆகியோர், எல்லை தாண்டிப் போகிற மதங்களைப் பற்றி கேள்விகள் எழுப்பியதையும் குறிப்பிட்டார்.

"யூத மதம் தங்கள் நோக்கத்தைத் தாண்டிப் போகிறது" என்று சொன்ன இயேசுவைப் பொறுத்துக்கொள்ள முடியாமல், அவருக்குப் பல கொடுமைகள் செய்தார்கள். ஆனால், அதே சமயம் இந்தியாவில் கௌதம புத்தர் இந்து மதம் செய்கிற அனைத்தையும் கேள்விக்குறியாக்கினார். கடவுளைப் பற்றி கிண்டல் செய்து கதைகள் உருவாக்கினார். இந்துக்கள், உடனே, "கடவுள் இல்லை என்று தெரியும், இது வெறும் குறியீடுதான்" என்றார்கள். எதற்கு இதைச் சொல்கிறோம் என்றால், மாற்றுக் கருத்துக்களுக்கும் மதிப்பளிக்கும் உயர்ந்த கலாசாரம் நம்முடையது. நமது கலாசாரம் ஒன்றுதான் அனைத்துவிதமான மனிதர்களையும் ஏற்கும் கலாசாரம். நம்மால் வணங்கப்படும், மதிக்கப்படும் துறவிகளும், முனிவர்களும் விதவிதமான பரிமாணங்களோடு வாழ்ந்து வந்திருக்கிறார்கள். மக்கள் அவர்களில் சிலரை ஏற்றுக்கொள்ளாமல் இழுத்தடிக்கலாம். ஆனால் ஒருபோதும் தண்டனை கொடுத்ததில்லை. அவர்கள் எப்படிப்பட்ட போதனைகளோடு வந்தாலும், ஆன்மிகவாதி என்று அறியப்பட்டால் அவரைச் சீண்டியதில்லை" என்று பாரம்பரியப் பெருமையை விளக்கினார் சத்குரு.

"மோதல்களுக்கு காரணமாகும் மதங்கள் எதற்கு?" என்று அதிரடியான கேள்வியை முன் வைத்தார் ஒரு சாதகர்.

படைத்தல் காத்தல் அழித்தல்!

24

'மதங்களைத் தடை செய்தால் என்ன?' என்று சாதகர் கேட்டார்.

"நமது சண்டைகளுக்குக் காரணம் மதம் அல்ல. மதத்தின் பெயரால் நிகழும் அரசியலே காரணம். கடவுளின் பெயரில் இன்று கட்சி கட்டிக்கொண்டு, உறுப்பினர் எண்ணிக்கையை அதிகப்படுத்தும் போட்டியும், அதன் விளைவாக மோதல்களும் வளர்ந்து வருகின்றன. உள்நோக்கிய பயணமாக அனுபவிக்கக்கூடிய மதத்தை, வெளிவாழ்க்கைக்குரிய அதிகாரப் போட்டியில் ஒரு கருவியாக மாற்றும்போதுதான், அது கட்சியாகவோ அல்லது கடவுள் மன்றமாகவோ மாறிவிடுகிறது. மதங்களைத் தடை செய்தால், அவை தலைமறைவு இயக்கமாகி மேலும் வலுப்பெற்றுவிடும். இதற்கு மாறாக உலகில் உள்ள ஒவ்வொரு மனிதனும் தனது தனிப்பட்ட விஷயமாக ஆன்மிகத்தையும் மதத்தையும் கருதத் துவங்க வேண்டும். அப்போதுதான் சண்டைகளும் சர்ச்சைகளும் முடிவுக்கு வரும்" என்றார் சத்குரு.

ஆத்ம விசாரணை மிகவும் தீவிரமான விஷயங்களைச் சுற்றி வரும்போது, இடையில் கேட்கப்படும் ஒன்றிரண்டு கேள்விகள் நல்ல நகைச்சுவையாகவும் அமைந்துவிடுவதுண்டு. அப்படித்தான் ஒரு சாதகர், "இந்து மதத்தில் ஏராளமான கடவுள்கள் இருக்கிறார்கள். நான் யாரை வணங்குவது? ஒருவரை வணங்கினால் மற்றவர் கோபித்துக்கொள்வாரோ? இதுபற்றி கொஞ்சம் சொல்லுங்களேன்" என்று பரிதாபமாகக் கேட்டார்.

உடனே பரவிய சிரிப்பலைகளினூடே சத்குரு அவருக்கு விளக்கலானார்... "முதலில் நீங்கள் புரிந்துகொள்ள வேண்டியது, இந்து என்றால் என்ன? இந்து என்பது மதரீதியான அடையாளமே அல்ல. இது ஒரு சுவாசத்தின் அடையாளம். சிந்து என்ற சொல்லே மருவி இந்துவாகி, பின்னர் 'ஹிந்து'வாகிவிட்டது. சிந்து சமவெளியில் பிறந்தவர்கள் யாராக இருந்தாலும் அவர்கள் ஹிந்துதான். ஹிந்துவாக இருப்பதற்கு எந்தக் குறிப்பிட்ட நம்பிக்கையையும்கொண்டு இருக்க வேண்டியதில்லை. நீங்கள் கடவுள் மீது நம்பிக்கை வைத்து ஹிந்துவாக இருக்க முடியும். நீங்கள் எப்படி வேண்டுமானாலும் வாழ்ந்து ஹிந்துவாக இருக்க முடியும். ஏனென்றால், இது ஒரு கலாசாரத்தின் அடையாளம். ஆனால், தற்போது ஹிந்து என்பதைக் கொள்கையாக மாற்றிவிட முயற்சி நடக்கிறது. ஏனென்றால், வெளியிலிருந்து வந்த சில மதங்கள் மூர்க்கத்தனமாய் மக்களை மதம் மாற்றத் துவங்கியதுதான். இதனால் ஏற்பட்ட பாதுகாப்பின்மையால் இந்தச் சமூகம் தனக்குள்ளும் தீவிரமான குழுக்களை உருவாக்கத் துவங்கியிருப்பது வருத்தத்துக்கு உரியது. இந்தச் சமூகத்துக்கு இதுபோன்ற எண்ணம் வந்தே இருக்கக் கூடாது. ஏனெனில், இந்தத் தேசம் எதையும் திறந்த கரங்களோடு வரவேற்றுப் பழகியிருக்கிறது. ஆனால், அப்படி இருந்தால் காணாமல் போய்விடுவோமா என்ற பயத்தில் தங்களை வன்முறைக் குழுக்களாக அமைத்துக்கொண்டு, வரலாற்றில் மற்றவர்கள் அப்போது செய்யாததையெல்லாம் இப்போது இவர்கள் செய்ய முயன்று வருகிறார்கள்" என்று முன்னோட்டமாக விளக்கிய சத்குரு, சாதகர் எழுப்பிய சந்தேகத்துக்குப் பதில் சொல்லலானார்.

"மதம் தொடர்பான செய்திகள் எல்லாமே ஆழ்ந்த அறிவியல் உண்மைகளை அடிப்படையாகக்கொண்டு, அழகான கதைகளாகப் புனைந்துரைக்கப்பட்டவை. காலப்போக்கில் அறிவியல் உண்மைகளைக் கைவிட்டுவிட்டு, கதைகளை மட்டுமே பற்றிக்கொண்டோம். அறிவியலில் படைத்தல், காத்தல், அழித்தல் போன்ற சக்திகளின் பெயர் புரோட்டான், நியூட்ரான், எலக்ட்ரான். ஆன்மிகத்தில் அதுவே பிரம்மா, விஷ்ணு, சிவன். படைப்பாற்றலுக்குத் தேவையான சக்தி, கல்வியறிவு. அது சரஸ்வதியாக உருவாக்கப்பட்டு, அவர் பிரம்மா வுக்குப் பக்கத்திலேயே உள்ளார். காத்தலின் அடிப்படை, பராமரிப்பு. பராமரிப்புக்குத் தேவை செல்வ வளம். அதன் உருவகமே, லட்சுமி. அழித்தலின் அடிப்படை, சக்தி... அதாவது ஆற்றல். அதன் உருவகமே, பார்வதி. இந்தக் குறியீடுகளை நாம் உணர வேண்டும். ஏதாவது ஒரு துறையில் ஈடுபட்டால், மற்ற துறைகளில் நமது ஆர்வம் குறையும். படைப்புத் துறை மற்றும் உற்பத்தித் துறையில் மட்டுமே கவனமாக இருந்தால், பராமரிப்பு போன்றவற்றில் கவனம் இருக்காது. இந்த நிலையில் மற்ற துறைகளில் ஏற்படும் தோல்வியை மற்ற கடவுள்களின் கோபமென்று கருதிக்கொள்கிறீர்கள். பொதுவாக வாழ்வியல் துறைகள் அனைத்திலும் மனிதனுக்குச்

சமமான ஈடுபாடு வேண்டும் என்கிற உண்மை மட்டுமே இந்தக் கருத்தோட்டத்தின் மூலம் விளக்கப்படுகிறது."

சாதகர்களின் நெடுநாளைய சந்தேகம்: "ஆத்ம சாதனையில், ஒரு பிரம்மச்சாரி ஈடுபடுவதற்கும் இல்லறத்தில் இருப்பவர் ஈடுபடுவதற்கும் என்ன வேறுபாடு?" என்பதைத் தெரிந்துகொள்வதுதான். இந்தக் கேள்வியை ஒரு வாய்ப்பாக எடுத்துக்கொண்டு, காதல், திருமணம் மற்றும் வாழ்க்கைமுறை குறித்த தன் கருத்துக்களைச் சொன்னார் சத்குரு. துவக்கமே நகைச்சுவையாக இருந்தது. "ஒரு மனிதர் அழுதுகொண்டு இருந்தார். அதுவும் அன்று அவரது 25வது திருமண நாள். அவர் அழுவதைப் பார்த்த மனைவி, 'ரொம்ப உணர்ச்சிவசப்படுகிறீர்களே' என்றாராம். உடனே அந்த மனிதர், 'நான் உன்னுடன் சுற்றிக்கொண்டு இருந்ததைப் பார்த்துவிட்டு நீதிபதியான உன் தந்தை, 'மரியாதையாக என் பெண்ணைத் திருமணம் செய்துகொள்; இல்லையேல், ஏதேனும் வழக்குப் போட்டு உன்னை 25 வருடம் உள்ளே தள்ளிவிடுவேன்' என்றார். சிறைக்குப் போயிருந்தால்கூட, இன்றோடு விடுதலை கிடைத்திருக்கும். சுதந்திரக் காற்றைச் சுவாசித்திருப்பேன்' என்றாராம். எங்கோ ஒரு தவறு நடந்து, எல்லாமே துயரம் ஆகிவிடுகிறது. திருமணமே தவறு என்ற பொருள் அல்ல; ஆணும் பெண்ணும் ஒருவிதமான பகிர்தலோடு வாழ்க்கையைத் துவங்குவதற்கான வாய்ப்பு அது. ஆனால், போதிய மனமுதிர்ச்சி இல்லாதவர்கள் அளவுக்கு அதிகமான பற்றுதலை வளர்த்துக்கொண்டு ஒருவரையொருவர் பயன்படுத்திக்கொண்டு வாழப் பார்க்கிறார்கள்.

இந்த நோக்கம் தோல்வியில்தான் முடியும். 'எல்லோரும் திருமணம் செய்துகொள்கிறார்கள். எனவே, நானும் திருமணம் செய்து கொள்கிறேன்' என்று மண வாழ்க்கையில் ஈடுபடுகிறார்கள். அது தேவையா என்றெல்லாம் சிந்திப்பதில்லை. திருமணத்தோடு வரும் மற்ற பொறுப்புக்களை ஏற்கத் தயங்குகிறார்கள். திருமணம் தேவைப்படுபவர்களுக்கு பிரம்மச்சரியம் தரப்பட்டால், அது அவர்களுக்கு நரகமாகப் போய்விடும். திருமணம் வேண்டாதவர்கள் அந்தப் பந்தத்துக்குள் நுழைக்கப்பட்டால், அது அவர்களுக்கு நரகம். இரண்டில் எது சரி, எது தவறு?

இப்படி எதுவுமே இல்லை. ஒவ்வொருவரும் தத்தமது தேவைகளுக்கு ஏற்ப வாழ வேண்டும். சில தம்பதிகள் தங்களுக்குள் என்ன உரசல் இருந்தாலும், சமூகப் பொறுப்புகள், சமுதாயம் ஆகியவற்றை முன்னிறுத்தி ஒட்டுதல் இல்லாமல் வாழ்க்கைப் படகை ஓட்டிக்கொண்டு இருப்பார்கள். இதுபோன்ற பைத்தியக்காரத்தனம் எதுவும் இல்லை. காதலிக்கும்போது, ஒருவருக்காக ஒருவர் பிறந்தது போலவே எண்ணுகிறார்கள். பெற்றோரை எதிர்த்து, சமுதாயத்தை எதிர்த்து திருமணம் செய்துகொள்கிறார்கள். உற்சாகமும் உயிரோட்டமாகவும் இருக்கும் வாழ்க்கை, நான்கைந்து வருடங்களில் துன்பமயமாகிவிடுகிறது. ஏன் இந்த நிலை? அந்த உறவை ஒரு கட்டமைப்புக்குள் கொண்டுவந்து மூலதனமாகப் பார்க்கத் துவங்கும்போதுதான், வாழ்க்கை அர்த்தமற்றுப் போய்விடுகிறது. ஒரு பிரம்மச்சாரி தானாக முடிவெடுத்து, ஆத்ம சாதனையில் ஈடுபடலாம். ஆனால், இல்லறத்தில் இருப்பவருக்கு அடுத்தவரின் அனுமதி தேவை. சில சாதனைகளை மேற்கொள்வது இல்லறவாசிக்குக் கடினம். அதற்குத் தேவையான சூழலை உருவாக்க முடியாது. அப்படியானால் உண்மையை உணர எல்லோரும் பிரம்மச்சாரியாக வேண்டுமா என்ற கேள்வி எழலாம். அதற்கு அவசியம் இல்லை. உள்நிலையிலிருக்கும் உண்மையை உணர்வதற்கு வெளிச்சூழல் எப்படியிருந்தால் என்ன? எனவே, திருமணம் என்பதை பொதுவான ஒன்றாக நிர்ணயிக்க முடியாது. தேவையா? இல்லையா என்பதைத் தீர்மானித்து, தொடர் விளைவுகளை சந்திக்கத் தயாரா என்பதை முடிவு செய்து சம்சார சாகரத்தில் குதிப்போம்."

90 நாள் ஹோல்னெஸ் வகுப்புகள் முடிவதற்கான வேளை நெருங்கிக்கொண்டு இருந்தது. தீவிர ஆத்ம விசாரணைகளாலும் உள்நோக்கிய பயணப் பயிற்சிகளாலும் பக்குவப்பட்ட நிலைக்கு சாதகர்கள் வந்திருப்பதைப் புரிந்துகொண்டார், சத்குரு. சிவயோகியாக, ஸ்ரீபிரம்மாவாகப் பிறவியெடுத்து சாதிக்க முடியாத தன் லட்சியத்தை வெளிப்படுத்த சரியான தருணம் வந்துவிட்டதை உணர்ந்தார். எதிர்வரப்போகும் பல தலைமுறைகளுக்கு பயனளிக்கக்கூடிய தியான லிங்கமே தனது இந்தப் பிறவியின் லட்சியம் என்பதை சாதகர்களுக்கு விளக்கத் துவங்கினார் சத்குரு.

மகா யோகி
மடிந்த கனவு!

"குரு என்பவர் தன் வாழ்நாளில் எத்தனை பேருக்கு வழிகாட்டும் ஒளிவிளக்காக இருந்து உள்முகப் பயணத்தின் மூலம் ஆற்றலை உணரவைக்க முடியும்? மனித முயற்சிக்கென்று ஒரு எல்லை உண்டல்லவா? எனவேதான் அத்தகைய குருவாக காலாகாலத்துக்கும் நிலைத்து நிற்கும் வகையில் தியான லிங்கத்தை உருவாக்குவதே என் பிறவியின் லட்சியம்" என்று சத்குரு சொல்லிக்கொண்டு வந்தார். சாதகர்கள் மத்தியில் அசாத்திய அமைதி.

கடவுள், மதம் போன்றவற்றைத் தர்க்க ரீதியாகச் சிந்தித்து தங்களது அறிவுச் செல்வத்தை வளர்த்த சத்குரு, கோயில் கட்டப் போகிறாரா என்று வியந்தனர் சாதகர்கள். பல சாதகர்கள் எழுந்து ஒரே குரலில் "குரு, நீங்கள் உண்டாக்கிய தெளிவால்தானே நாங்கள் கோயிலுக்குப் போவதையே நிறுத்தினோம். இப்போது நீங்கள் கோயில் கட்டப் போவதாகச் சொன்னால் எப்படி?" என்று கவலையுடன் கேட்டார்கள்.

25

"உங்களுக்கு குண்டலினி உயிர் சக்தி பற்றியும், அதன் மூலம் தூண்டிவிடப்படும் ஏழு சக்கரங்களின் அற்புதமான செயல்பாடுகள் பற்றியும் இப்போது நன்கு தெரியும். இந்த ஏழு சக்கரங்கள் உச்சமாகத் தூண்டப்பட்ட நிலையில் இருப்பதுதான் தியான லிங்கம். அளப்பறிய ஆற்றலைத் தன்னுள் இருத்திக் காத்துக்கொள்ளும் ஆற்றல் உடையது லிங்க வடிவம் என்று விஞ்ஞான உலகிலும்

நிரூபிக்கப்பட்டுள்ளது. நான் உருவாக்கப்போகும் தியான லிங்கம் எந்த மதத்துக்கும் சொந்தம் இல்லை. அதை உணர கடவுள் நம்பிக்கைகூடத் தேவை இல்லை" என்று கூறி சாதகர்களை அதிரவைத்தார் சத்குரு.

"நான் இதை எப்படி நிர்மாணிக்கப் போகிறேன், அதற்காக நான் கடைப்பிடிக்கப்போகும் வழிமுறை கள் என்னென்ன என்றெல்லாம் சொல்லி உங்களை அதிகப் படியான சிந்தனைக்கு உட்படுத்த விரும்பவில்லை. இந்தப் பணியில் நான் ஒவ்வொரு படியாக எடுத்துவைக்கும்போது நீங்களே அவற்றை உணர்ந்துகொள்வீர்கள்" என்று முடித்த சத்குருவைப் பார்த்து ஒரு சாதகர், "நீங்கள் சொல்லும் விஷயம் பிரமிப்பூட் டுவதாக இருக்கிறது. ஆனால், உலகத்திலேயே நீங்கள் ஸ்தாபிக் கப்போவதுதான் முதல் தியான லிங்கமா அல்லது இதற்கு முன் இந்த வகையில் ஏதேனும் முயற்சிகள் மேற்கொள்ளப் பட்டிருக்கிறதா?" என்று கேட்டார்.

சில நிமிடங்கள் கண்களை மூடியிருந்த சத்குரு மெல்லிய குரலில் பேசத் துவங்கினார்.

"இதற்கு முன்பு பல ஞானிகள் தியானலிங்கத்தை உருவாக்க முயற்சி செய்துள்ளனர். ஆனால், மத்திய பிரதேச மாநிலம், போபால் அருகிலுள்ள போஜ்பூர் என்ற இடத்தில் ஆயிரம் ஆண்டுகளுக்கு முன்னர் எடுக்கப்பட்ட முயற்சி மிக முக்கியமானது. ஏறக்குறைய தியானலிங்கத்தை உருவாக்குகிற பணி முழுமையடையும் நிலைக்கு வந்து தோல்வியடைந்தது. அதைக் கட்டி முடிக்க வேண்டும் என்று ஒரு வேள்வியாகவே பணியைத் துவங்கினார் ஒரு மகா யோகி. அவருக்கு உள்ளூர் பெரிய மனிதரோ அல்லது யாராவது சிற்றரசர்களோ உதவி செய்திருக்க வேண்டும். அவருக்கு வெளிச்சூழலும் நன்கு அமைந்திருந்தது.

தியான லிங்கத்தின் ஏழு சக்கரங்களுக்கும் பிராணப் பிரதிஷ்டை மூலம் சக்தி நிலையை உருவாக்க தன்னைத் தவிர, ஓர்

ஆணையும், ஐந்து பெண்களையும் தேர்ந்தெடுத்தார். தீவிரமான பிராணப் பிரதிஷ்டை துவங்கிற்று. ஒருவர் தன்னுடைய உயிர் சக்தியை, யோக அடிப்படையில் தூண்டி, சக்கரங்களை உச்சபட்சச் செயல்பாட்டு நிலைக்குக் கொண்டுசெல்ல வேண்டும். பின்னர், அப்படி உச்ச சக்தி நிலையில் சக்கரங்கள் இயங்கும்போது, அந்த அற்புத சக்தியை தியானலிங்கத்தில் பூட்ட வேண்டும். இது முழுக்க முழுக்க சூட்சம நிலையில் நடைபெறுகிற... ஆனால், தற்காலத்திய விஞ்ஞானமும் ஒப்புக்கொள்கிற ஒரு முறை. தியானலிங்கச் சக்கரங்களுக்கு, சக்தியூட்டும் பணியில் ஈடுபட்டிருப்பவர் தனது உடலை உதறிவிடும் வாய்ப்பும் உண்டு.

மூத்த யோகியும் குருவுமானவர், சக்தி நிலைகளின் அடிப்படையான மூலாதாரச் சக்கரத்துக்குப் பொறுப்பேற்றுக் கொண்டார். ஆன்ம விடுதலையைக் கொடுப்பதும் உச்சந்தலையில் உள்ளதுமான சஹஸ்ரஹார சக்கரத்தை தூண்டி சக்தி நிலையை லிங்கத்துக்குள் செலுத்தும் பொறுப்பு மற்றொரு யோகிக்கு கொடுக்கப்பட்டது.

மூலாதாரத்துக்கும் சஹஸ்ரஹாரத்துக்கும் இடையே உள்ள ஐந்து சக்கரங்களுக்கு ஐந்து பெண்கள் பொறுப்பெடுத்துக் கொண்டார்கள்.

பிராணப் பிரதிஷ்டை இறுதி நிலையை நெருங்கிக்கொண்டு இருந்தது. சுவாதிஷ்டான சக்கரத்துக்குப் பொறுப்பேற்று ஆற்றலின் உச்ச நிலைக்குப் போய்க்கொண்டு இருந்த ஒரு பெண், தன் உடலை உதறும் நிலை ஏற்பட்டுவிட்டது. அந்தப் பெண்ணின் பொறுப்பையும் சேர்த்து எடுத்துக்கொண்டு செயல்படும் கட்டாயம் மகா யோகிக்கு. இது மிகச் சிரமமான பணி என்பதால் திட்டமிட்ட காலத்தில் முடிக்க முடியாமல், கடும் சோதனைக்குள்ளானார் மகா யோகி. இந்த நிலையில் வெளிச்சூழல் சற்றும் ஆதரவில்லாமல் போகத் துவங்கியது. இதற்குக் காரணம் பிராணப் பிரதிஷ்டை என்ற மாபெரும் யோக சாதனை சாதாரணப் பாமரர்களுக்கு புரியாமல் போனதுதான்.

'இங்கே ஏதோ நடக்கிறது, என்னவென்றே புரியவில்லை. பெண் வேறு இறந்துவிட்டார்' என்று பலவிதமாகச் சந்தேகங்கள், கேள்விகள், யூகங்கள் கிளம்பின. ஒரு கட்டத்தில் அது வன்முறையாக வெடித்தது. அந்த வன்முறையில் மகா யோகியின் இடது கால் வெட்டப்பட்டது. ஆனாலும், சற்றும் மனம் தளராத மகா யோகி, மீண்டும் யோக வேள்வியில் குதித்தார். ஏற்கனவே உடலை உதறிய பெண்ணின் பொறுப்பை எடுத்துச் செயல்பட்டுக்கொண்டு இருந்த நிலையில், இடது கால் வெட்டப்பட்டது. உடல் இயக்கத்தில் பெரிய பாதிப்பை ஏற்படுத்தி சக்கரங்களைத் தூண்டுவதற்கு மிகவும் தடையாக இருந்தது.

ஒருவர் நெடுஞ்சாலையில் கார் ஓட்டிப் போவதாக வைத்துக் கொள்ளுங்கள். இரவு முழுவதும் கண் விழித்து ஓட்டிவிட்டு ஒரு நகரை நெருங்கும்போது 'ஓ... நாம் வந்து சேர்ந்துவிட்டோம்' என்ற அலட்சிய உணர்வு தோன்றுகிறது. இந்த உணர்வுதான் விபத்துக்களுக்கு வழி வகுக்கிறது. நகருக்கு வெளிப்புறம் உள்ள சாலைகளில் விபத்துகள் நடப்பதற்குக் காரணம் இதுதான். அதைப் போலத்தான் தியானலிங்கத்தைப் பொறுத்தமட்டில் 90 சதவீத வேலை நிறைவடைந்திருந்தது. இது பல்லாண்டுப் பணி. சக்கரங்களைத் தூண்டி சூட்சம நிலையில் செயல்பட்டுக்கொண்டு இருந்த யோகிகளுக்கு, பரவச நிலை ஏற்பட்டு, உடலை உதறிவிட வேண்டும் என்ற ஆசை ஏற்பட்டதில் வியப்பு இல்லை. உடலை உதறிவிடவும், உடலைத் தக்கவைத்துக்கொள்ளவும் ஆளுமை வந்துவிடும். கடைசியாக இரண்டு சக்கரங்களுக்கான சக்தி நிலையைச் செலுத்துவதே மீதியிருந்த வேலை. உடல் ஊனமாகிப்போன மகா யோகியும் மற்றொரு பெண்ணும், பல சீரமைப்புகளைச் செய்துகொண்டு, சக்தி நிலையின் உச்சத்தில் உடலை உதறி அந்த லிங்கத்துக்குள் கரைந்துவிடுவது என்று

முடிவு செய்தார். பிராணப் பிரதிஷ்டையில் மிக முக்கியமான இறுதிக்கட்டம் சக்கரங்கள் சக்தியூட்டப்பட்ட நிலையில் இருக்கும் தியானலிங்கத்தை, காலா காலத்துக்கும் சக்தி நிலை தக்கவைத்துக்கொள்ளும் நிலையில் அதைப் பூட்ட வேண்டும். லிங்கத்தில் கரைந்துவிடுவது என்று முடிவு செய்த மகா யோகியும் அந்தப் பெண்ணும் தியானலிங்கத்தைச் சக்தி நிலையுடன் பூட்ட இன்னொரு யோகிக்குப் பயிற்சி கொடுத்தார்கள். சரியான சமயத்தில் தியானலிங்கத்தைப் பூட்டாவிட்டால் சக்தி நிலை வெளியேறிவிடும்.

மகா யோகியும் பெண்ணும் லிங்கத்தோடு போய் கலந்தார்கள். ஆனால், மற்றொரு யோகியால் தியான லிங்கத்தோடு சக்தி நிலைகளை வைத்து உரிய நேரத்தில் பூட்ட முடியவில்லை. உடனடியாக லிங்கத்தில் விரிசல் ஏற்பட்டது. 95 சதம் நிறைவு பெற்றும் முழுமை பெறவில்லை. மகா யோகியின் முயற்சி கருகிய கனவாக, மலராத மொட்டாக முடிந்துபோனது. அந்த தியான லிங்கத்தைச் சுற்றி உருவாக்கப்பட்ட கோயிலும் அரைகுறையாகவே நிற்கிறது" என கி.பி. 992ம் வருடம் நிகழ்ந்த அரிய முயற்சியைச் சொன்ன சத்குரு தொடர்ந்தார்.

"போஜ்பூர் தியான லிங்கம் யோக அறிவியல்படி முழுவதும் பூர்த்தியாகாமல் இருந்தாலும், அது மிகவும் சக்தி வாய்ந்ததாக இருக்கிறது. இன்றைக்கும் மக்கள் அந்த தியானலிங்கத்தைத் தரிசிக்க வருகிறார்கள். ஆனால், எந்தப் பூஜையும் செய்யப்படுவதில்லை. விளக்குகூட ஏற்றப்படுவது கிடையாது. மக்கள் மலரையும் தேங்காயும் அர்ப்பணித்தால்கூட ஆலயத்தின் உள்ளே தேங்காய் உடைப்பதில்லை. சற்றே சிதையுண்டு இருந்தாலும், அது பலவீனமாகவில்லை. அதன் உயிர்ப்புத்தன்மை, அருகில் செல்பவர்களின் உடலைப் பாதிக்கிறது. யோகதியானத்தில் உயர்தளத்தில் இருப்பவர்கள் அந்தத் தியானலிங்கத்தின் முன்னர் அமர்ந்து, உள்முகப் பயணத்தில் ஈடுபட்டால் உடலை உதறிவிடும் வாய்ப்பும் உண்டு"" என்றார் சத்குரு. எழுந்தார் ஒரு சாதகர். "ஏற்கனவே இருக்கும் ஒன்றை முழுமையடையச் செய்வது என்பது தொடக்கத்தில் இருந்து ஒன்றை உருவாக்குவதைவிட எளிதானது அல்லவா?" என்று கேட்டார்.

கர்ம யாத்திரை!

26

“ஏற்கனவே பூர்த்தி ஆகாமல் இருக்கும் தியானலிங்கத்தை முழுமைப்படுத்துவதைவிட, புதிதாக ஒன்றை உருவாக்குவது சற்று சுலபம். அது மட்டுமல்லாமல், போஜ்பூர் தியானலிங்கம், தொல்பொருள் துறையின் கட்டுப்பாட்டில் இருக்கிறது. நமது நோக்கத்துக்கு அவர்களது அனுமதி கிடைப்பது சந்தேகமே. நாங்கள் சென்ற அன்று, இரவு தங்க வேண்டும் என்று நினைத்தோம்; அதற்கே அவர்கள் அனுமதிக்கவில்லை. ஆனால் அந்தத் தியானலிங்கத்தையும் பூர்த்தி செய்ய வேண்டும் என்று என் மனது துடிக்கிறது. அதற்கு நாம் சிலரை தயார்படுத்த வேண்டும்” என்றார் சத்குரு.

“தியானலிங்கமே தனது இந்தப் பிறவியின் லட்சியம்” என்று சத்குரு ஈஷா அன்பர்கள் மத்தியில் கூறியது காட்டுத் தீயாகவே பரவியது. நிறைய அன்பர்கள், செங்கல், மணல், சிமெண்ட் என்று அனுப்பிவைத்தார்கள். நிதியும் சேரத் துவங்கியது. ஆவுடையாரை ஒரே கல்லில் செதுக்கி வடிக்க கரூர் அருகேயுள்ள மலைகளில் கிரானைட் கற்கள் தேடப்பட்டன. லிங்கத்துக்கான கிரானைட் கல்லை அனுப்புவதற்கு சென்னையில் இருந்த ஒரு நிறுவனத்துக்கு ஆர்டர் கொடுக்கப்பட்டது. இந்த நிலையில் பிராணப் பிரதிஷ்டைக்கு முதலில் 70 பேரிலிருந்து 14 சாதகர்களைத் தேர்ந்தெடுத்து பணியில் ஈடுபடுத்த விரும்பினார் சத்குரு. ஆனால் ஒரே

நிலையிலான உடல், மனம், உணர்வு போன்றவற்றில் ஒன்றுகிற 14 பேரை உருவாக்குவது அவ்வளவு எளிமையான காரியம் இல்லை. எனவே அந்தத் திட்டத்தைக் கைவிட்டு, இரண்டு பேரை மட்டும் வைத்து பிராணப் பிரதிஷ்டையை நடத்தத் தீர்மானித்தார்.

தன்னைத் தவிர தனது மனைவி விஜி மற்றும் மற்றொரு தீவிர சாதகரான பாரதி ஆகியோரை இணைத்துக்கொண்டு, பிராணப் பிரதிஷ்டைக்காக முக்கோணச் சக்தி மையங்களை உருவாக்கினார் சத்குரு. மூவரும் உணர்ச்சி நிலையில், சக்தி நிலையில் ஒரே நபராக இருக்க வேண்டிய கட்டாயம் உண்டானது. ஒரு சாதகர், சக்தி நிலையின் உச்சத்தைத் தொட முயற்சிக்கும்போது, அவர் செய்ய வேண்டியது வாழ்வின் இருமை நிலையைக் கடந்து தம்மை ஒருமைப்படுத்திக்கொள்ள வேண்டும். யோக மரபைப் பொறுத்தவரை நாம் சிவன், சக்தி என்று எவற்றையெல்லாம் அழைக்கிறோமோ, அவையெல்லாம் வாழ்வின் இருமை நிலை குறித்த அடையாளங்களே. இன்பம்துன்பம், கோபம்சாந்தம், மகிழ்ச்சி துக்கம், வெளிச்சம்இருட்டு என்று நமது அன்றாட வாழ்வியலிலும் இருமை நிலைகள் இருக்கின்றன. யோகக் கலையில் இதையே இடகலை, பிங்கலை என்கிறார்கள்.

மனித உடலில் இந்த இரு நாடிகள் வழியாகத்தான் சீரான இயக்கம் நடந்துகொண்டு இருக்கிறது. இந்த இருமை நிலையை பெண்தன்மை, ஆண்தன்மை என்றும் சொல்லலாம். அதேபோல் உள்ளுணர்வு, தர்க்க அறிவு என்றும் அழைக்கலாம். வாழ்வின் அனைத்து அம்சங்களிலும், இந்த இருமை நிலை காணப்படும். இந்த இருமை நிலையை ஒரு கட்டுக்குள் வைத்திருக்கவும் அவற்றை உணர்வதற்கும்தான் மனித உடலில் ஐம்புலன்கள் இருக்கின்றன. இந்த இருமை நிலையில் சிக்கிக்கொள்கிற மனிதனால் அதிலிருந்து வெளிவர முடியாது. அதுவே, வாழ்வில் பெரிய தடையாக மாறிவிடும். இந்த இருமைத் தன்மை இல்லையென்றால், வாழ்வில் இன்பங்கள் இல்லை. அதே சமயம், இதுவே அத்தனைத் துன்பங்களுக்கும் காரணமாக அமைந்துவிடுகிறது. பெரும்பாலோரால் இந்த இருமை நிலையைக் கையாள முடிவதில்லை. அதைக் கடந்து போக முடிவதும் இல்லை.

பிராணப் பிரதிஷ்டை முக்கோண மையத்தில், இரண்டு புள்ளிகளாக இருந்த விஜியும் பாரதியும் சத்குருவின் வழிகாட்டுதலில் தீவிரமான ஆத்ம சாதனையில் இறங்கினார்கள். இருமை நிலையைக் கடந்து, யோக மரபில் 'பிரதீபா' என்றழைக்கப்படும் உயர் நிலையை அடைய மிகக் கடுமையான சாதகங்கள் நடந்தன. சில கட்டங்களில், மூவருடைய சக்திநிலையும் ஒருங்கிணைந்து, கைகோர்த்தன. ஒருவருக்கு இடது காலில் வலி என்றால், மற்ற இருவருக்கும்

அதே இடத்தில் வலி உண்டானது. சக்தி நிலையின் உச்சத்தில் மூவரும் ஊசலாடும்போது, கடந்த கால வாழ்க்கையெல்லாம் கண்ணுக்குள் தோன்றி மறைந்தன. விஜி அவர்கள் இயல்பாகவே பயந்த சுபாவம் உள்ளவர். அதிலும் கடந்த கால நினைவுகள், கண் முன்னே விரியும்போது, அங்கே உடலற்ற உயிர்கள் நிறையத் தோன்றும். அவை நகரும், பேசும். மனதில் அச்சம் ஏற்பட்டாலும் முழுச் செயலே பாதித்துவிடும். இருந்தும் இயல்பான தன்மையிலிருந்து விடுபட்டு, தன் சக்தி நிலைகளைத் தூண்டியவண்ணம் இருந்த விஜியை எந்த அச்ச உணர்வும் ஆட்கொள்ளவில்லை. உண்மையில் அந்த உயிர்கள் பேசிக்கொண்டு இருக்கவில்லை. அவை, எல்லாவற்றிலுமிருந்து விடுபட்ட உயிர்கள். முழுவதும் அண்டவெளியில் கரைந்து போகாமல் இருந்ததற்குக் காரணம், கர்மவினைகள்தான்.

பிராணப் பிரதிஷ்டையில் ஈடுபட்ட விஜி மற்றும் பாரதி ஆகியோரின் சக்தி நிலைகள் ஒரு கட்டத்துக்கு மேல் முட்டி மோதுவதை உணர்ந்துகொண்டார் சத்குரு. எனவே கர்மவினைகளைக் கரைக்க வேண்டிய அவசியம் வந்தது. அவர்களின் கடந்த கால வாழ்வில் முக்கியப் பங்காற்றிய சில இடங்களுக்கும் அவர்களை அழைத்துச் சென்றார் சத்குரு. அந்த இடங்களோடு சத்குருவுக்கும் தொடர்புண்டு என்ற சூட்சமான விஷயம் அவர்களுக்குத் தெரியாது. மூவரும் சேர்ந்து ஒரு கிராமத்தை நெருங்குவார்கள். அங்கு இப்படிப்பட்ட வரிசையில் வீடுகள் இருக்கும். இந்தெந்த இடங்களில் ஆலயங்கள் இருக்கும் என்று சத்குரு அந்த இடத்தை நெருங்கும்போதே சொல்லுவார். அதே போன்று அங்கே இருக்கும்.

அப்படி அவர்கள் சென்ற இடம்தான் ராய்காட். துவக்க அத்தியாயங்களில் பில்வா என்ற இளைஞரைப் பற்றி குறிப்பிட்டிருந்தோம் அல்லவா? அந்த இளைஞர் வாழ்ந்த பூமிதான். கொடுமையான விஷம் காரணமாக அவர் இறக்கும் நிலையில் கடைசி தருணங்களில், சுவாசக் கவனிப்பின் மூலமாக, ஆன்மிகப் பயணம் துவங்கிய இடம். ராய்காட்டுக்குச் சென்று விசாரித்தபின், சத்குரு தியான வகுப்புகளில் சொன்னபடியே சம்பவங்கள் நடந்திருப்பதை தெரிந்து கொண்டார்கள் விஜியும் பாரதியும்.

கர்மயாத்திரைப் பயணம் அடுத்து அவர்களை ஆந்திர மாநிலம் கடப்பாவுக்கு அழைத்துச் சென்றது. சிவயோகியாக அவதரித்து, உலவிய இடமல்லவா கடப்பா?

இதுமட்டுமா?

சிவயோகிக்கு அடுத்தபடியாக, ஸ்ரீபிரம்மாவாக அவதரித்தபோது, அங்குள்ள சிவாலயத்தில் அமர்ந்துதானே தியானலிங்கப் பிரதிஷ்டைக்கான திட்டங்கள் தீட்டப்பட்டன. அதே சிவாலயத்துக்குச்

சென்றார்கள். சத்குருவும் அந்த இரு சாதகர்களும் உள்ளே நுழைந்த உடனேயே பெரும் அதிர்வுகள் தங்களை ஊடுருவியதைப் புரிந்துகொண்டார்கள். சத்குரு அக்கினி ஜுவாலையுடன் பிரகாசிப்பது, விஜிக்கும் பாரதிக்கும் புரிந்துபோய்விட்டது. மூவரும் ஒருங்கே சேர்ந்து எழுப்பிய சக்தி நிலையின் உச்சம், கடந்த பிறவியில் அவர்கள் யார், யார் என்று உணர்த்தின. தியான லிங்கப் பிராணப் பிரதிஷ்டையில் யார், யார் ஈடுபட வேண்டும், அவர்கள் எந்தெந்த கருவில் உருவாக வேண்டும் என்று சத்குரு ஸ்ரீபிரம்மா இந்த ஆலயத்தில் அமர்ந்துதானே முடிவு செய்தார்.

அடுத்து அவர்கள் சென்ற இடம் ஒரிஸ்ஸா மாநிலம். சம்பல்பூர் அருகே, மகாநதிக் கரையோரம் இருந்த ஒரு சிவாலயம். மிக அருமையாகக் கட்டப்பட்டிருந்தது அந்தக் கோயில். ஆனால், சராசரியான பக்தர்கள் அந்தக் கோயிலுக்கு வருவதற்கே அஞ்சி நடுங்கினார்கள். காரணம் அங்குள்ள சக்தி நிலையை தங்கள் தீய நோக்கங்களுக்காகப் பயன்படுத்திக்கொள்ளும் மந்திரவாதிகள் அங்கு நிறைய பேர் தங்கியிருந்ததுதான். அங்கு விலங்குகள் பலியிடுவது, மற்றவர்களுக்கு பாதிப்பு உண்டாக்கும் யாகம் செய்வது போன்றவை எல்லாமே நடந்து வந்திருக்கின்றன. அவர்கள் தவறான நோக்கத்துக்கு ஆலயத்தில் உள்ள சக்தி நிலையைப் பயன்படுத்திக்கொண்டதால், அந்தச் சூழலே சீர்கெட்டுப் போயிருந்தது. சத்குரு அங்கே வருவது தெரிந்ததும், ஆலய நிர்வாகிகள் அனைவரும் கூட்டமாக வந்து, “சுவாமிஜி, இந்த ஆலயத்தைச் சீர்படுத்தி, அந்த மந்திரவாதிகளை விரட்டி அடியுங்கள்” என்று கேட்டுக்கொண்டார்கள். அதன்படி அங்கு ஒருநாள் தங்கியிருந்து ஆலயத்தைச் சீர்செய்துவிட்டு வந்தார். சீர் செய்வது என்றால், மந்திரவாதிகளை விரட்டி அடிப்பது மட்டுமல்ல; அங்கு நிலவும் சக்தி நிலையை தீய நோக்கங்களுக்குப் பயன்படுத்த முடியாமல் செய்துவிட்டு வருவதுதான்.

கர்ம யாத்திரைப் பயணம், ஆத்ம சாதனையில் தடைபோட்டு வந்த கட்டமைப்புகளை உடைத்தது. பிராணப் பிரதிஷ்டைப் பணியில் ஈடுபடுவது சுலபமாயிற்று. இந்த நிலையில்தான் பிலஹரி ரங்கண்ணா மலையில் இருந்த சுவாமி நிர்மலானந்தரிடமிருந்து வந்தது அந்த செய்தி.

மகா சமாதி!

27

தட்சிணாயன காலம் முடிந்து உத்தராயணம் துவங்குகிற நாளில், தான் மகா சமாதியடையப் போவதாகச் செய்தி அனுப்பியிருந்தார் சுவாமி நிர்மலானந்தர். இந்தச் செய்தி சாதகர்களிடையே பரவியது. பலருக்கும் "சமாதி நிலை என்றால் என்ன; அதை எப்படி அடைவது?" என்றெல்லாம் கேள்விகள் குடைந்தன. சாதகர்களின் எண்ண ஓட்டத்தைப் புரிந்துகொண்டார் சத்குரு.

"சமாதியில் மொத்தம் எட்டு நிலைகள் இருக்கின்றன. அவற்றில் மகா சமாதியே மேன்மையானது. ஒரு மனிதன், தன் ஆத்ம சாதனைகள் வழியாகச் சமாதி நிலையை அடைந்தால், அதிலிருந்து எப்படி மீண்டு வருவது என்ற விழிப்பு உணர்வு அவருக்கு நிச்சயமாக இருக்கும். ஆனால், ஆன்மிக வரலாற்றைப் பார்த்தால், சமாதி நிலைக்குச் சென்றவர்கள் பலர் அதிலிருந்து மீள முடியாத நிலை அடைந்ததும் புரிய வரும்.

உதாரணமாகச் சொல்வதென்றால் கௌதம புத்தரின் பல சீடர்கள், அந்த நிலைக்குப் போய் அதிலிருந்து மீளவேயில்லை. ஆனால் புத்தர் எட்டுவித சமாதி நிலையையும் ஞானம் அடைவதற்கு முன்னரே பரிசோதித்துப் பார்த்து அது தனக்குத் தேவை இல்லை என்று விட்டுவிட்டார். அந்த நிலை தன்னை ஞானத்துக்கு அருகே கொண்டு போகாது என்று அவருக்குத் தெரிந்திருந்தது. அந்த ஞான நிலை என்பது சமாதி நிலையைவிட மேம்பட்டது.

சமாதி நிலை என்பது ஓர் ஆனந்தமயமான தன்மையில் கொண்டுபோய் விட்டுவிடும். சிலர் அதிலிருந்து இரண்டு, மூன்று நாட்களுக்குப் பிறகு மீண்டு வருவார்கள். ஆனால், தானாகவே அந்த நிலைக்குச் செல்லவோ, அதிலிருந்து மீண்டு வரவோ, ஒருவருக்கு மனமுதிர்ச்சியோ, விருப்பமோ இருப்பதில்லை. சமாதிப் பாதையே விழிப்பு உணர்வு இல்லாத ஒன்றாகும். இதுதான் பொதுவான நிலை.

ஆனால், விதிவிலக்காக சிலர் சமாதி நிலைக்குப் போகும்போதே எப்போது வெளியே வருவது என்று நிர்ணயித்துக்கொண்டு போகும் அளவுக்கு விழிப்புடன் செயல்படுவார்கள். ஆனால் அந்த நிலைக்குள் போகிறவர்களில் சிலர், மீண்டும் வெளிவரத் தேவையான சக்தி நிலையைப் பயன்படுத்தத் தெரியாமல் சிக்கலில் மாட்டிக்கொள்கிறார்கள்.

மற்றொரு உதாரணமாகச் சொல்வதென்றால், ராமகிருஷ்ண பரமஹம்சரைச் சொல்லலாம். சமாதி நிலைக்குச் செல்ல விரும்பிய பரமஹம்சர், அந்த நிலைக்குச் செல்லும்போதெல்லாம் அதிலிருந்து மீளவே விரும்பியதில்லை. அதில் உள்ள ஆனந்தத்தை அனுபவிக்கவே விரும்பினார். ஆனால், அது தொடர்ந்து சாத்தியப்படாமல் மீண்டு வந்தவுடன் அவர் வணங்கும் காளியைப் பார்த்து, ‘அம்மா, எனக்கு சமாதி நிலை கொடு; சமாதி அனுபவத்தை மீண்டும் கொடு’ என்று கெஞ்சுகிறார். இப்படியே காலம் செல்லச் செல்ல, வாழ்வின் இறுதி நிலையில்தான், சமாதி நிலைக்குள் செல்வதும் மீண்டு வருவதும் அவர் கட்டுப்பாட்டுக்குள் நிகழ்ந்தது. தனக்குக் கிடைத்த அனுபவத்தை சீடர்களுக்கும் சொல்லிக்கொடுத்த மகான் அவர்.

சமாதி என்ற வார்த்தை பெரிய அளவில் தவறாகப் புரிந்துகொள்ளப்பட்டிருக்கிறது. சமாதி என்றாலே பலர் மரணம் என்று நினைக்கிறார்கள். சமாதி என்ற சொல்லை சமா+தி என்று பிரிக்க வேண்டும். சமா என்றால் சமநிலை. ‘தி’ என்றால் புத்தி, காரண, அறிவுரீதியாக நீங்கள் சமநிலைக்கு வந்தால் அதற்குத்தான் சமாதி என்று பெயர்.

காரண அறிவு உச்சக்கட்ட விழிப்பு உணர்வில் இருக்கும்போதுதான், ஒன்றையும், இன்னொன்றையும் ஒப்பிட்டு வித்தியாசங்களை உணர முடியும். ஆனால், அந்தக் காரண அறிவை, நீங்கள் நழுவவிடும்போதோ அல்லது அதைக் கடந்து போகிறபோதோ, இந்த வித்தியாசங்களோ அல்லது பேதங்களோ இருப்பதில்லை. அப்போது எல்லாமே ஒன்றாகிவிடுகிறது. அங்கேதான் உண்மையை நேருக்கு நேர் சந்திக்கிறீர்கள். அந்தச் சூழ்நிலையில் காலமும் இல்லை, இடமும் இல்லை.

எனவே ஒருவர் சமாதி நிலையில் மூன்று நாட்கள் இருப்பதாக

நீங்கள் கணக்கு வைத்தால், அது உங்களுக்குச் சரியாக இருக்கலாம். சமாதி நிலையில் சென்று மீண்டவரைக் கேட்டால் சில விநாடிகள் கணக்கே அவர் சொல்லும்போது உங்களுக்கு ஆச்சர்யம் மேலோங்கும்.

பல மகான்கள் இப்படிப் பல பிறவிகளைக் கடந்துவிடுகிறார்கள் என்பது உங்களுக்குத் தெரியுமா?

இந்த அற்புத நிலையில் சில யோகிகள், 400, 500 ஆண்டுகள் வாழ்ந்துவிடுகிறார்கள். உங்கள் கணக்கில்தான் அத்துணை ஆண்டுகள்; ஆனால் அவர்களுக்கோ சில நிமிடங்கள்... உங்களுக்கு இந்தத் தத்துவம் புரிய வேண்டுமானால், நீங்கள் உங்களை இந்த உலகத்திலிருந்து வெளியே இழுத்துக்கொள்ள வேண்டும். இந்த உலகத்தோடு ஒட்டி உறவாடிக்கொண்டு, அந்த நிலையை புரிந்துகொள்ளவோ அல்லது உணர்ந்துகொள்ளவோ முடியாது. காரணம், காலம் மற்றும் இடத்தால் நீங்கள் பின்னிப் பிணைக்கப்பட்டிருக்கிறீர்கள். இவற்றால் நீங்கள் பிணைக்கப்படாத நிலையில் பொருள்தன்மை சார்ந்த எந்த அளவுகோல்களும் இல்லை. இந்த உலகை நீங்கள் காண்கிற முறை, புரிந்துகொள்கிற முறை, அனுபவிக்கிற முறை எல்லாமே பொய்யானது. எல்லாமே இருப்பது போலத் தெரியும்; ஆனால் உள்ளபடியே இல்லை. இது உங்களையும் உள்ளடக்கிக்கொண்டு இருப்பது போலத் தெரிகிறது. மனதில் பெரிய போராட்டம் வெடிக்கிறது.

எதற்காகத் தெரியுமா?

நம் முன்னால் காணும் அனைத்தையுமே பொய் என்று உணர்த்துவதற்கான போராட்டம்தான் அது. இது முழுக்க ஒரு மாயை மட்டுமே. மாயை என்றால் இருப்பது போலத் தெரியும்; ஆனால் இல்லை. இந்த உலகில் பொருள்தன்மை என்ற ஒன்று இல்லை என்ற சந்தேகத்துக்கு அப்பாற்பட்டு நிறுவப்பட்டிருக்கிறது. அதற்குக் காரணம் பௌதீகம். அனைத்துமே தொடர்பு நிலை என்ற முறையைச் சார்ந்தது. இருப்பது போலத் தோன்றும் அது இருக்காது. இந்தப் பிரபஞ்சமே வெவ்வேறுவிதமாகப் படைப்புகளின் தொகுப்புதான். இதை இல்லையென்று யாரேனும் சொல்ல முடியுமா?

நீங்கள் காரண அறிவைக் கடந்து, உள்ளுணர்வின் உச்சத்துக்குப் போகும்போது, எல்லாமே ஒன்றாகக் கரைந்துவிடுகிறது" என்று முடித்த சத்குருவிடம் "நாங்கள் சமாதி நிலைக்குப் போக முடியுமா? அதற்கான சக்தி நிலை எங்களுக்கு கைகூடி வருமா?" என்று சாதகர்கள் ஆர்வத்துடன் கேட்டார்கள்.

"உங்களை சமாதி நிலைக்குக் கொண்டுபோவதற்கான சக்தி நிலை இங்கே இருக்கிறது. அப்படி மூன்று, ஆறு மாதங்கள் போவதென்றால் போகலாம். ஆனால் நோக்கம் என்னவாக இருக்க

முடியும்? அப்படியொரு கர்மவினை காரணமாக ஒரு சூழ்நிலை ஏற்படுமேயானால், வெளி உலகத்திலிருந்து மறைந்துகொள்ள வேண்டிய நோக்கத்துக்காக வேண்டுமானால் செய்யலாம். அது வேறு; அப்போது சொர்க்கத்தில் இருப்பது போல இருக்கலாம். ஆனால் இது விடுதலை தராது. ஆனந்தமயமான நிலைக்குக் கொண்டுபோகலாம். எல்லாவற்றிலிருந்தும் உங்களுக்கு விடுதலை கிடைக்காது. கிட்டத்தட்ட மற்றொரு கர்மவினை போல அது அமைந்துவிடும். இப்போது உங்கள் நோக்கம் சமாதி நிலையை அடைவதல்ல; நீங்கள் இப்போது வேறு திசையை நோக்கி அடியெடுத்துவைக்க வேண்டிய அவசியம் இல்லை. தன்னை அறியும் உங்கள் நோக்கத்துக்காக மட்டுமே சக்தி நிலையைப் பயன்படுத்த வேண்டும்" என்று சினேகத்துடனும் அதே சமயம் கண்டிப்புடனும் சொன்னார் சத்குரு.

ஆனால் இந்த நுட்பமான சங்கதியில் விஜி எழுப்பிய பல கேள்விகளுக்கு சத்குரு பதில் சொல்லி வந்தாலும், மகா சமாதி நிலை அடைவதற்கான வழியாக உள்ள பல சாதக நிலைகளை முழுவதுமாகச் செய்வதற்கு உகந்த சமயமாக அதைக் கருதவில்லை சத்குரு.

ஆனால் மிக உன்னிப்பாக விஷயங்களைக் கேட்டு வந்த விஜியோ, இறுதியில் மிகத் தீர்மானமாக அடைந்தால் உயர்நிலையான மகா சமாதி நிலையைத்தான் அடைய வேண்டுமென்று சொன்னது மட்டுமல்லாமல் அதற்கான ஆத்ம சாதனைகளிலும் ஈடுபடத் துவங்கினார்.

பிராணப் பிரதிஷ்டையில் ஈடுபட்ட மூவரும், உணர்ச்சி நிலையில், சக்தி நிலையில், மனநிலையில், தங்கள் தனித்தன்மைகளை அகற்றி ஒரே நபராக உணர்ந்து, தியான லிங்கத்தில் சக்தி நிலையை நிலை நிறுத்த உச்சகட்ட ஆத்ம சாதனைகளில் ஈடுபட்டிருந்த காலகட்டம் அது. இந்தச் சூழலில் அதில் பங்கு வகிப்பவர்களின் எந்தவொரு சிறு திசை மாறுதலும் பிராணப் பிரதிஷ்டைக்கு பாதிப்பு உண்டாக்கும் என்று உணர்ந்திருந்தார் சத்குரு.

இந்த சூழலில்தான், சுவாமி நிர்மலானந்தரைப் பார்க்க ரங்கண்ணா மலைக்குப் பயணமானார்கள் சத்குருவும் விஜியும். கூடவே அவர்கள் அன்பின் அடையாளமான குழந்தை ராதை.

சிறகை விரித்த பறவை!

28

ரங்கண்ணா மலையில் சுவாமி நிர்மலானந்தா, மகாசமாதி அடைவதற்காக தீவிர ஆத்ம சாதனைகளில் ஈடுபட்டிருந்தார். உடல் சோர்வடைந்திருந்தது. தனது மவுன விரதத்தைக் கலைத்திருந்தார். சத்குருவைப் பார்த்ததும், 'ஒரு யோகியாகவே உடலை உதற விரும்புகிறேன். வரும் உத்தராயணத்தில் விடைபெற விரும்புகிறேன்' என்றார். அதன் பின் மகா சமாதி நிலை குறித்து சத்குருவிடம் பல விளக்கங்களைக் கேட்க, அவரும் எந்தச் சிரமமும் இல்லாமல் உடம்பை உதறுவதைப் பற்றி விளக்கமளித்தார். பின்னர் தனக்கென நிர்மாணித்துவைத்திருந்த சமாதியையும் காட்டினார் நிர்மலானந்தர். இவற்றையெல்லாம் தீவிரமாகக் கவனித்துக்கொண்டு இருந்த விஜியின் கண்களில் கண்ணீர்.

திரும்பி வரும்போது, தடாலென்று சத்குருவின் காலில் விழுந்தார். "நீங்கதான் நான் மகா சமாதியடைய உதவ வேண்டும்" என்று கண்ணீர் மல்க எழுந்து கையைப் பிடித்துக்கொண்டார். "என்ன சொல்றம்மா... பிராணப் பிரதிஷ்டையில் நீ ஒரு முக்கியப் புள்ளியாக இயங்கிக்கொண்டு இருக்கிறாய். இந்த நேரத்தில் நோக்கத்தைச் சிதறடிக்கும் வகையில் திசை திரும்பலாமா? மகா சமாதி அடைவதற்கான ஆத்ம சாதனை பல உயர் நிலைகளை உள்ளடக்கியது. அதற்குத் தேவையான சக்தி நிலையை உன்னால் இப்போது உருவாக்க முடியாது" என்று ஆறுதலாகச் சொன்னார் சத்குரு. ஆனால், விஜியின் கண்களில் தீவிரமும் முகத்தில் வைராக்கியமும் பளிச்சிட்டன.

இந்த நிலையில், தியான லிங்க வளாகத்துக்கான கட்டுமானப் பணிகள் துரிதமாக நடக்கத் துவங்கின. கட்டுமானம் எப்படி அமைய வேண்டும் என்று வரைபடம் போட்டு, சின்னச் சின்ன விஷயங்களையும் சொல்லிக்கொடுத்தார் சத்குரு. அவரது ஆலோசனைகளைச் செயல்படுத்த பாண்டிச்சேரி ஆரோவில் நகரிலிருந்து கட்டுமானப் பொறியாளர்கள் வந்திருந்தனர். தவிர, 300 உள்ளூர் தொழிலாளர்களும் வேலை செய்தனர். ஆசிரமத்துப் பிரம்மச்சாரிகள் தங்கள் முழு அறிவு மற்றும் உடல் உழைப்பையும் கொடுத்தனர். இவர்களைத் தவிர, தமிழ்நாட்டிலுள்ள பல பகுதிகளிலிருந்து சாதகர்கள், விடுமுறை போட்டு வந்திருந்தனர். வர்த்தகர்கள் வேறொருவரிடம் பொறுப்பை ஒப்படைத்துவிட்டு தியான லிங்கப் பணியில் இணைந்தனர். வளாகம் வேகமாக வளர்ந்தது.

அப்போது கரூரிலிருந்து லிங்கம் பிரதிஷ்டை செய்யப்படும் ஆவுடையாருக்குத் தேவையான வெண்பாறைக் கல் தேர்வு செய்யப்பட்டுவிட்டதாகவும் அதனை அனுப்பத் தயாராக இருப்பதாகவும் செய்தி வந்தது. சாதகர்களுக்கு கவலை தொற்றிக்கொண்டது. ஆசிரமத்துக்கு பத்து கி.மீ. தொலைவில், வழியில் இருட்டுப் பள்ளம் என்ற இடம் இருக்கிறது. அங்கு நொய்யல் ஆற்றின் மீது குறுகிய பழைய பாலம் ஒன்று இருக்கிறது. மிகவும் எடை அதிகமாக உள்ள லாரிகள் அந்த பாலத்தின் மீது அனுமதிக்கப்படுவதில்லை. கரூரிலிருந்து வரும் பாறை மிகவும் அதிக எடை கொண்டது. அதை சாதாரண லாரியில் எடுத்துவர முடியாது. 16 டயர் லாரியில்தான் எடுத்துவர வேண்டும். பதட்டத்துடன் இந்த விவகாரத்தை சத்குருவிடம் சொன்னார்கள் சாதகர்கள். புன்னகையுடன் சத்குரு "எதற்காகவும் தயங்க வேண்டாம். கரூரிலிருந்து கல்லை அனுப்ப ஏற்பாடு செய்யுங்கள்" என்றார்.

கரூரிலிருந்து பயணத்தைத் துவங்கியது ஆவுடையார் கல். இங்கே ஆசிரமத்திலிருந்து காரை எடுத்துக்கொண்டு வெளியே கிளம்பினார் சத்குரு. போகும்போது "பிரச்னையான இடத்துக்கு லாரி வரும்போது நானே அங்கு இருப்பேன்" என்ற தகவலை மட்டும் ஆறுதலாகச் சொல்லிவிட்டுச் சென்றார்.

கரூரிலிருந்து கிளம்பிய கல் நான்கு நாட்கள் பயணத்துக்குப் பிறகு கோவை வந்து சேர்ந்தது. சத்குரு எப்போது திரும்ப வருவார் என்று திக்திக்குடன் காத்திருந்தனர் சாதகர்கள். கோவையிலிருந்து கிளம்பி பல கிராமங்களைக் கடந்து வந்தது லாரி. ஈஷா யோக மையம் அந்தப் பகுதியில் மிக அறிமுகமான அமைப்பு என்பதால், ஏராளமான மக்கள் வழியெங்கும் திரண்டிருந்து பாறைகளையும் ராட்சச லாரியையும் வியப்பு மேலிடப் பார்த்தார்கள். லாரி இருட்டுப் பள்ளம் பாலத்தை நெருங்கியது. பாலத்தின் முனையை

வந்தடைந்தது. அதுவரையில் சத்குருவைக் காணவில்லை. அப்போதெல்லாம் செல்போனும் கிடையாது. எல்லோருக்கும் படபடப்பு கூடியது. மூத்த ஆசிரமவாசியான ஒருவர் "சத்குருவின் ஆசி எப்போதும் நமக்கு உண்டு. அவரை நினைத்துக்கொண்டு லாரியைக் கிளப்புங்கள்" என்று சொன்னார். லாரி பாலத்தின் மீது பயணத்தைத் துவங்கியது. அப்புறம் நடந்ததை அதிசயமா, அற்புதமா, ஆச்சரியமா என்று எண்ணி இன்றுவரை வியக்கிறார்கள், ஹோல்னெஸ் வகுப்பில் கலந்துகொள்ளும் வாய்ப்பு பெற்ற சீனியர் சாதகர்கள். லாரி கிளம்பி பாலத்தை அடைத்துக்கொண்டு அங்குலம் அங்குலமாக நகர, பாலத்தின் அந்தப் பக்கம் சத்குருவின் கார். அதன் முன்னே, புன்னகை பூத்தவாறே நிற்கிறார் சத்குரு. எங்கிருந்து வந்தார்? எப்படி வந்தார்? இன்று வரை தெரியாது. அதன் பின் என்ன? லாரி பத்திரமாக, பாலத்துக்கு எந்தச் சேதமும் இல்லாமல் கடக்க, பாறை ஆசிரமத்துக்கு வந்து சேர்ந்தது.

கட்டுமானப் பணிகள் வியக்கத்தக்க வேகத்தில் வளர, தியான லிங்கத்துக்கான பிராணப் பிரதிஷ்டை சூட்சும நிலையில் நடைபெற்றுக்கொண்டு வந்தது. சத்குருவின் வழிகாட்டுதலால் மற்ற இரு சாதகர்களான விஜியும் பாரதியும் தீவிர சாதனைகளின் மூலம் தங்கள் சக்தி நிலையை ஒருங்கிணைத்து சத்குருவுடன் ஒரே புள்ளியில் இணைந்து ஒருமையடையும் உன்னத முயற்சியில் ஈடுபட்டிருந்தார்கள். எல்லாம் சீராக, சுமுகமாகப் போய்க்கொண்டு இருப்பது போலத் தோன்றினாலும், ஏதோ ஒரு பிரச்னை பூதாகரமாக உருவெடுத்து தியானலிங்கப் பணியைப் பாதிக்குமோ என்று உள்ளுணர்வு சத்குருவுக்கு உணர்த்தியது.

காரணம், கடந்த காலச் சரித்திரத்தில், தியான லிங்கத்துக்கான பணிகளை பல மகான்கள் மேற்கொண்டபோது புறச்சூழல்கள் அந்தப் பணிகளை பாதித்து முழுமையடையாமல் நிறுத்தப்பட்ட நிகழ்ச்சிகள் அவருக்குத் தெரிந்திருந்ததுதான்.

இந்த நிலையில் 1996 ம் வருடம் அக்டோபர் மாதத்தில், அடுத்த ஜனவரிக்கான யோக வகுப்புகளைப் பற்றி திட்டமிடும்போது, மூத்த சாதகரான ராஜாவிடம் "ஜனவரியில் வகுப்புகளைத் தவிர்த்துவிடலாமோ என்று எனக்குத் தோன்றுகிறது" என்று சத்குரு சொன்னபோது, சாதகர்களுக்கு கொஞ்சம் அதிர்ச்சி ஏற்பட்டது. ஆனால், சத்குரு ஒரு கருத்தைச் சொன்னவுடன், அதை குறித்து மேலும் கேட்பது சரியாகாது என்பதால் பேசாமல் இருந்துவிட்டார்கள்.

1997 ஜனவரி மாதம். குறுகிய விடுமுறைக்குப் பின்னர் ராதையை பள்ளிக்கூடத்தில் விடப் போயிருந்தார்கள் சத்குருவும் விஜியும். குழந்தையை விட்டு விடைபெறும்போது, "குழந்தே... மார்ச் ஒன்றாம் தேதி பிறந்த நாளைக்கு நான் இருப்பேனோ இல்லையோ தெரியாது. அதனால் பிப்ரவரியிலேயே வந்து பார்க்கிறேன்" என்று

விஜி கூறியபோது சத்குரு குறுக்கிட்டு, “குழந்தையிடம் ஏன் இப்படிப் பேசுகிறாய்?” என்று சொன்னார். கோவை திரும்பும் வழியில் காரில், விஜியிடம் ‘சம்போ’ என்ற உச்சாடனம் மட்டும்தான். கண்ணீர் வழிந்தபடியே இருந்தது. திடீரென்று ஒரு இடத்தில் காரை நிறுத்தச் சொன்னார் விஜி. சத்குருவின் கையைப் பிடித்துக்கொண்டார். “என் வாழ்க்கையை முழுவதும் வாழ்ந்துவிட்ட உணர்வு எனக்கு வந்துவிட்டது. கர்ம யாத்திரை மூலம் நீங்கள் பூர்வ ஜென்ம வினைகளையும் துடைத்தெறிந்துவிட்டீர்கள். எனக்கு சிவசம்போ நீங்கள்தான். வேறெந்த சம்போவையும் தெரியாது. எனக்கு உடம்பை உதற, மகா சமாதி அடைய நீங்கள்தான் உதவ வேண்டும்” என்று விஜி விம்மி அழுது வேண்டிக்கொண்டபோது அங்கே பூரண அமைதி. சில நிமிடங்களுக்குப் பிறகு சத்குரு, “உனக்கு சம்போவைத் தெரியாவிட்டால் என்ன? அவனுக்கு உன்னைத் தெரியும். உன்னுடைய சாதனைகள் பிரமிக்கத்தக்கவை. அதைத் தொடரும்பட்சத்தில், என் உருவம் தாண்டி அந்தச் சிவசம்போவை உணர்வாய்” என்று கனிவாய் சொன்னார். ஆசிரமம் திரும்பினார்கள்.

பவுர்ணமி நாட்களில் பொதுவாகவே மனிதர்களின் சக்தி நிலை தூண்டப்பட்டு இருக்கும். அந்த நாட்களில் தீவிர ஆத்ம சாதனைகளைச் செய்யும்பட்சத்தில் ஆச்சரியப்படும் அளவில் சக்தி நிலை உயரும். பிராணப் பிரதிஷ்டைக்காக தீவிர சாதனைகளில் பவுர்ணமி நாட்கள் உட்பட தொடர்ந்து ஈடுபட்டு வந்தாலும் விஜியின் மகா சமாதி ஆர்வத்துக்கு ஒரு சுலபமான வழியாக அமைந்துவிட்டது. இந்த நிலையில் அந்த மாதப் பவுர்ணமி கிரக நிலைகளைப் பொறுத்தமட்டிலும் முக்கிய நாளாக அமைந்துவிட்டது. 200 ஆண்டுகளுக்கு ஒருமுறை முக்கியமான கிரகங்கள் அறுகோண நிலையில் அமையும். அந்த அபூர்வம் அன்று நிகழ்ந்தது. மேலும், அன்று தைப்பூசம். பல ஞானிகள் மகா சமாதியை அடைய அந்த நாளைத் தேர்ந்தெடுத்திருந்தார்கள். வள்ளலார் ஜோதியில் கலந்ததுகூட தைப்பூசத்தன்றுதானே! காலை ஒன்பது மணிக்கே விஜியின் தீவிர சாதனைகள் துவங்கின. நடக்கப்போவதை நன்கு உணர்ந்திருந்த சத்குரு அமைதியில் ஆழ்ந்தார்.

உயிரில் கலந்த உறவு!

29

அந்தப் பவுர்ணமிக்கு முன்பு இரண்டு பவுர்ணமிகள் அன்று, முழுச் சாப்பாடும் தயாரித்து தன் கைகளாலேயே பிரம்மச்சாரிகளுக்குப் பரிமாறினார் விஜி. எல்லோர் மீதும் அவர் வெளிப்படுத்திய அன்பு அவரது சாதனைகளின் ஒரு பகுதியாகவே திகழ்ந்தது. அவரது அன்பு மழையில் நனைந்தவர்கள், "பெற்ற அன்னைகூட இப்படி ஒரு பாசத்தையும் அன்பையும் வெளிப்படுத்த முடியாதே" என்று சிலிர்த்துப்போனார்கள். ஆசிரமம் முழுவதும் அன்பெனும் தோரணங்கள் கட்டப்பட்டு, விஜியக்கா ஒளிர்ந்துகொண்டு இருந்தார். அந்த பவுர்ணமி அன்று சாதகர்களும் பிரம்மச்சாரிகளும் நிறைய பேர் ஆசிரமத்தில் இருந்ததால், "சாப்பாடு செய்யும் சிரமமெல்லாம் வேண்டாம். ஒரு இனிப்பு மட்டும் செய்து போட்டால் போதும்" என்று விஜியிடம் சொல்லிவிட்டார் சத்குரு. மற்ற சாதகர்களுடன் சேர்ந்து உற்சாகமாக ஸ்வீட் செய்வதில் ஈடுபட்ட விஜி, காலை எட்டு மணிக்கே குளித்து தீவிர ஆத்ம சாதனைகளில் இறங்கினார். சம்போ... சம்போ... என்ற உச்சாடனம் அவரது சாதனைகளில் மையப் புள்ளியாக இருந்தது. சாதனைகளை விஜிக்குத் துவக்கிவைத்துவிட்டு வகுப்பெடுக்கச் சென்றுவிட்டார் சத்குரு. மதியம் மீண்டும் ஒருமுறை குளித்துவிட்டு சாதனைகளில் ஈடுபட்டார் விஜி. ஒரு கட்டத்தில் உடலில் உள்ள நகைகள்கூட, தன் நோக்கங்களுக்கு இடையூறு விளைவிக்குமோ என்று கருதி, கழற்றி வைத்துவிட்டார். மறுபடியும் மாலை நான்கு மணிக்கு குளித்துவிட்டு சாதனைகளைத்

தொடர்ந்தார் விஜி. சரியாக மாலை 6.15 மணி சம்போ உச்சாடனம் உச்ச நிலையை அடைந்தது. அந்த உயர்ந்த நிலையில், சம்போ உச்சரிப்பிலேயே அவர் கரைந்துபோய், இறுதியாக உடலைவிட்டு மகாசமாதி நிலையை அடைந்தார்.

இதயத்தை அடிப்படையாகக்கொண்ட அநாகதச் சக்கரம் மூலமாக, அவரது உயிர் உடலைவிட்டு வெளியேறியதாக அறிவித்தார் சத்குரு. தன்னுடைய பிரவாகமான அன்பால் மற்றவர்களை உருகவைத்த விஜி, கடைசியாக அன்பும் பக்தியும் பெருக்கெடுத்த உச்சத்தில் அவரே கரைந்துபோனார்.

பல யோகிகளும் ஞானிகளும் முயற்சியெடுத்தும் அடைய முடியாத மகா சமாதி நிலையை விஜி அடைந்த செய்தி, ஆயிரக்கணக்கான ஈஷா அன்பர்களை எட்டியது. அவர்கள் ஆசிரமத்தில் வந்து குவிந்தனர். பவுர்ணமி திதி முடிவதற்குள் இறுதிச் சடங்குகள் செய்ய வேண்டுமென்ற நியதிப்படி, பன்னிரெண்டு மணி நேரத்துக்குப் பின் இறுதிச் சடங்குகள் நடந்தன. சத்குருவின் இருப்பிடமான சூன்யா குடில் அருகில் விஜி உருவாக்கிய நந்தவனம் இருக்கிறது. அந்த நந்தவனத்தின் மத்தியிலேயே அந்திமக் கிரியைகள் செய்யப்பட்டு, உடலடக்கம் நடந்தது. அடக்கத்துக்குப் பின்பு தியான அன்பர்கள் மத்தியிலும் பிரம்மச்சாரிகள் மத்தியிலும் சத்குரு பேசிய பேச்சு, கேட்டோரை உருகவைத்து, கண்களைக் குளமாக்கியது.

“எப்பவுமே விஜியைப் பற்றிப் பேசுவது கொஞ்சம் சிரமம். என்னோட இருந்த விஜிக்கும், நான் உணர்ந்த விஜிக்கும், மற்றவர்கள் பார்க்கிற விஜிக்கும் நிறைய வித்தியாசம் உண்டு. விஜியைப் பொறுத்தமட்டில் ஒரு பெண்ணாக நான் பேசவில்லை. ஒரு உயிராக, உயர்ந்த உயிராக என்னுடைய அனுபவத்தில் இருந்தார் விஜி. அவளுடைய உணர்ச்சிகள் மிக ஆழமானவை; அந்த உணர்ச்சிகளைக் கட்டுப்படுத்தி சூழ்நிலைக்குத் தேவையான அளவு மட்டுமே வெளிப்படுத்தும் சக்தி அவளுக்கு இல்லாமலே போயிடுச்சு. உள்ளுக்குள் இருந்த குழந்தைத்தன்மை வெளியேயும் பொங்கி மற்றவர்களைத் திணறடித்தாள். இப்படி ஒரு அதிசயமான நிலை அடைந்து, தன் தகுதி என்ன என்பதை வெளிப்படுத்தியிருக்கிறாள். இது சாமான்ய நிலையல்ல. உயர்ந்த நிலையில் இருக்கிற யோகிகூட மகா சமாதி நிலையடையப் போராட்டம் நடத்த வேண்டியிருக்கும். சுவாமி நிர்மலானந்தருக்குக்கூட இறுதி நேரத்தில், நம்மால் மகா சமாதி சாத்தியம் ஆகுமா என்ற சந்தேகம் இருந்தது. நான் அங்கு போனபோது என்னிடம் இதுபற்றி பேசினார். கடைசி ஐந்து நாட்கள் எந்த உணவும் சாப்பிடாமல் பட்டினியாகவே இருந்தார். தெய்வக்கிருபையினால் ஐந்தாவது நாளே அவர் மகா சமாதி நிலை அடைந்துவிட்டார். வாழ்க்கை முழுவதும் தீவிரச் சாதனைகளில் ஈடுபடும் ஞானிகளேகூட திணறும்போது, உடலிலிருந்து, எந்தவிதப் பாதிப்பும் இல்லாமல்

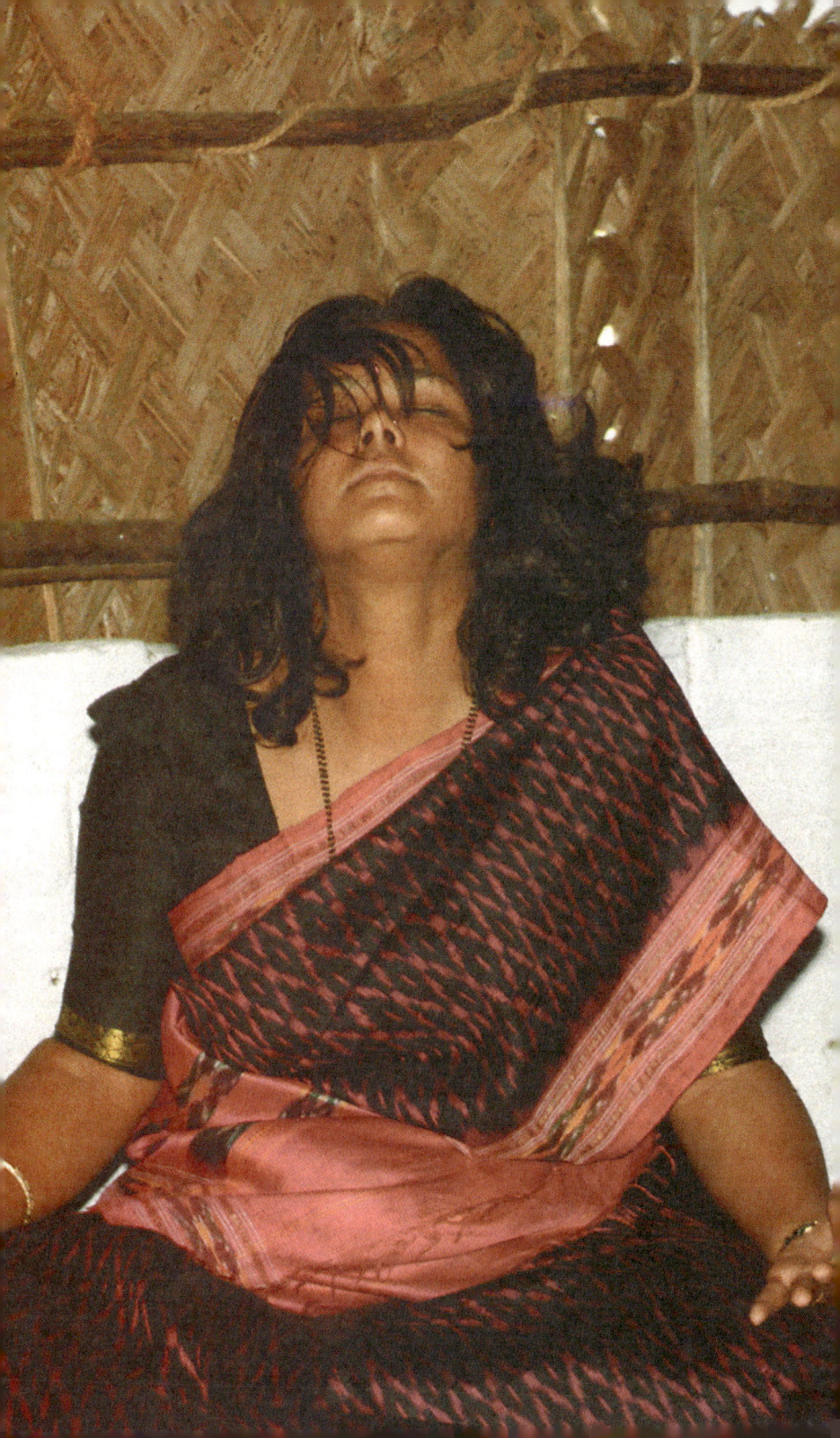

உயிரை எடுத்து வீசுகிற சூட்சுமம் எப்படி என்பது விஜிக்குத் தெரிந்தது.

பல தடவை என்னோடு இதுபற்றிப் பேசியிருக்கிறாள். ஆனால் நோக்கத்தைச் செயல்படுத்தத் தேவையான சக்தி அவளால் உருவாக்க முடியும் என்று கற்பனையிலும் நான் நினைக்கவில்லை. இவ்வளவு சீக்கிரமா மகாசமாதி நிலைக்கும்படி சக்தி நிலையை அவள் உருவாக்க முடியும் என்று நினைத்துப்பார்க்கவில்லை. ஏனென்றால், இதற்கெல்லாம் தீவிரமான சாதனைகள் இருக்கிறது. ஆனால், இப்போது பார்க்கும்போது, தனது எல்லையற்ற அன்பு காரணமாக, தெய்வீகத்துடன் நேரடி தொடர்பில் இருந்தது தெரிகிறது. அவள் சதா உச்சரித்து வந்த சம்போவே, அவளைக் கையைப் பிடித்து கூட்டிக்கொண்டு போனது போல் தெரிகிறது. வெறும் அன்பினாலேயே இந்த நிலையை அடைந்துவிட்டாள் விஜி. ஒரு மனிதன் உடல் தாண்டிப் போவதற்கு இதைவிட சிறந்த முறை இல்லை. அந்த உயிருக்கு இனி உடல் கட்டுப்பாடு இல்லை. அவளுடைய பெயர் விஜயகுமாரி. அப்படின்னா, வெற்றியின் மகள். ஒரு உயிருக்குக் கிடைத்த உயர்ந்தபட்ச வெற்றியைச் சொந்தம் கொண்டாடிவிட்டாள். அப்போது சத்குருவின் சகோதரியாக, இப்போது என் மனைவியாக வாழ்ந்துட்டு என்னை வெறுமையா விட்டுப் போய்விட்டாள். ஆனால், நம் இதயங்களை முழுமைப்படுத்திவிட்டுச் சென்றுவிட்டாள்.

தியானலிங்கம் ஸ்தாபிப்பதில் அவளுக்கு முக்கியமான பங்கு இருந்தது. இதுவரையில் அந்தப் பங்களிப்பை, மிக அற்புதமாக நிறைவேற்றியிருக்கிறார் விஜி. இப்போது அந்தச் செயலுக்கு தடை வந்துவிட்டது. இனி அவளைக் கூப்பிட்டுப்போன சம்போதான் வழிகாட்டணும். இந்தப் பிரிவு எனக்குப் பிரச்னையாக இல்லை. ஆனால், அவள் விட்டுட்டுப் போயிருக்கிற அன்பு என்கிற சக்தியின் தாக்கம்தான் தாங்க முடியவில்லை. இங்கு நடக்கிற சாதனைகள் எல்லாம் அன்பு நிலையில் நடப்பதற்கு இந்தச் சக்தி மிகவும் உதவியாக இருக்கும். இங்கே நாம் வித்தியாசமான சூழலில் வாழ்கிறோம். எங்களுக்கு அது இயல்பாய் தெரியுது. ஏனென்றால், ஆன்மிக வழியில் வளர்பவர்களுக்கு உயர்ந்த நோக்கம் என்றால் அது மகா சமாதிதான். ஆனால், சமூகத்தில் பல கேள்விகள் வரலாம். உங்களுக்கு வாய்ப்பு கிடைக்கும்பட்சத்தில், நடந்தவற்றைச் சரியான முறையில் வெளிப்படுத்தணும். மிக முக்கியமாக, ஒரு மனிதனுக்கு இதுபோன்ற உயர்ந்த நிலையை அடைய வாய்ப்பு இருக்கிறது என்பதையும், பிறப்பு, இறப்பு என்ற இரண்டையும் அவன் தன் கட்டுப்பாட்டுக்குள் எடுத்துக்கொள்ள முடியும் என்பதையும் புரியவைக்கணும். பலர், இதுபோன்ற விஷயங்கள், முனிவர்கள் காலத்திலேயே முடிந்து போய்விட்டதாக நினைக்கிறார்கள். ஆன்மிகம் என்பது இப்போதும் உயிரோட்டமாக இருக்கிறது. இப்ப

இங்கே இருக்கிற சூழ்நிலை, நிகழ்வுகள், 'இன்னமும் அந்தக் காலம் முடியவில்லை' என்று புரியவைக்க ஒரு வாய்ப்பு.

இவ்வளவு சீக்கரமா, யாரும் உடல் தாண்டிப் போகக் கூடாது என்பது என் நோக்கம். ஆனால் அவள் எப்படியோ போக விரும்பிட்டாள். என்னுடைய உதவியில்லாமல் விஜி இந்த சக்தி நிலையை உருவாக்கியது மிகமிக அதிசயமானது. அவளுடைய அன்பால் அவள் உயிரைத் தாண்டிப் போய்விட்டாள். நாமும் அதே அன்பெனும் சங்கிலியால் கட்டுண்டு, இங்கிருந்து நம்முடைய கடமைகளை நிறைவேற்றிவிட்டுப் போக வேண்டும்" என்று சத்குரு தன் உருக்கமான உரையை முடித்தபோது, அங்கே யாரும் பேசக்கூடிய நிலையில் இல்லை. கூட்டம் ஆழ்கடல் அமைதியுடன் கலைந்தது.

சத்குரு சொன்னது போலவே, விஜியின் மகாசமாதி சமூகத்தில் பல சந்தேகங்களையும் சர்ச்சைகளையும் எழுப்பின. ஆனால் ஆத்ம சாதனைகள் மூலம் கிடைக்கும் பேராற்றலை நன்கு உணர்ந்த அன்பர்கள் அமைதி காத்து நின்றனர். ஒரு கட்டத்தில் சத்குரு, "மகாசமாதி பற்றி மக்களுக்கு வாதம் மூலம் விளக்க முயலாதீர்கள். அது தன்னைத்தானே காத்துக்கொள்ளும்

தன்மையுடையது'' என்று குறிப்பிட்டார். விஜியின் சமாதி அமைந்துள்ள இடம் அன்பின் அதிர்வு அலைகளை வெளிப்படுத்தும் இடமாக இருப்பதை எண்ணி, அங்கு தியானம் செய்யும் அன்பர்கள் சிலிர்த்துப்போகின்றனர்.

பிராணப் பிரதிஷ்டைப் பணியில், முக்கோண வியூகத்தில், ஒரு புள்ளியாக இருந்த விஜி மகா சமாதி அடைந்தது, சூட்சும நிலையில் நடைபெற்ற அந்தப் பணியில் பெருத்த பின்னடைவை ஏற்படுத்தியது. காரணம், விஜி மகாசமாதி அடைந்தபோது 95 சதம் பணிகள் பூர்த்தியாகி இருந்தன. இன்னமும் சில வாரங்களே பணி மீதி இருந்த நிலையில், விஜியின் மகா சமாதி காரணமாக அடுத்துப் பல மாதங்களுக்கு அந்தப் பணி நீண்டது. சத்குருவுக்கு கூடுதலாக விஜியின் பங்களிப்பையும் தானே சேர்த்துச் செய்து பிராணப் பிரதிஷ்டையை நிறைவு செய்ய வேண்டிய கட்டாயம் வந்துவிட்டது. ஏனென்றால், அந்தச் சூழ்நிலையில் விஜியின் இடத்தில், இன்னொருவரை ஏற்பாடு செய்து அவரை அந்த அளவுக்கு ஆத்ம சாதனைகளுக்கு கொண்டு வருவதற்கு சில ஆண்டுகள் பிடிக்கும். எனவே சத்குரு, சக்தி நிலையில் விஜியை மறு உருவாக்கம் செய்து அவரை முக்கோண அமைப்பில் உட்காரவைத்தார். யோக சாதனைகளில் உச்சகட்ட ஆளுமை இருந்தால் மட்டுமே இந்தச் சூட்சம நிகழ்வு சாத்தியமாகக் கூடியது. தினசரி நான்கைந்து மணி நேரம் அமர்ந்து இந்தச் சாதனைகளில் சத்குரு ஈடுபடும்போது, விஜியுடைய இருப்பை அவர் உணர முடிந்தது. அவரைத் தொட முடிந்தது. இப்படி இரண்டு உடம்புகளை சமாளித்துக்கொண்டு இருந்ததால் சத்குருவின் உடல் நிலையில் பெரிய பாதிப்பு ஏற்பட்டது. அன்றாடம், ஆழ்ந்த யோக சாதனைகளில் தூண்டப்பட்ட சக்தி நிலை, பயன்படுத்தப்பட்ட பிறகு வெற்று நிலைக்கு வந்துவிடும். அதனால்தான் உடல் பாதிப்பு ஏற்பட்டது. டாக்டர்கள் அவரின் ரத்தத்தைச் சோதனை செய்தபோது, பல நோய்கள் இருப்பது தெரியவரவே அதிர்ச்சியடைந்தார்கள் அன்பர்கள்.

சாதனைச் சரித்திரம்!

30

ஆனால், சத்குரு எதைப்பற்றியும் கவலைகொள்ளவில்லை. பிராணப் பிரதிஷ்டையே அவர் மூச்சுக் காற்றாகவும், தியானலிங்கம் முழுமை பெறுவதே அவர் உள்ளத் துடிப்பாகவும் இருந்தது.

சத்குருவின் குடல் சிதைவுற்று போகத் துவங்கியிருந்தது. இருதயத்தில் சிக்கல் இருந்தது. உடலில் பெரிய பெரிய கட்டிகள் தோன்றும்; மறுநாள் காணாமல் போகும். சாதகர்களுடன் வழக்கமான சந்திப்பு ஒன்றின்போது, “சத்குரு உங்கள் உடம்பைச் சீர் செய்து கொள்வது உங்களுக்கே சாத்தியம் என்று கருதுகிறோம், அதை செய்துகொண்டு, நீங்கள் இங்கேயிருந்து எங்களையெல்லாம் ஈடேற்றிவிட வேண்டாமா?” என்று கவலையுடன் கேட்டார் ஒரு சாதகர். அவரது கவலையைப் புன்னகையுடன் எதிர்கொண்டார் சத்குரு.

“யாரும் இங்கே இருந்துவிடப் போவதில்லை. ஒருநாள் போகத்தான் வேண்டும். என் கணிப்புப்படி நான் எழுபது வயது வரை இருக்கக்கூடும். அதுவும் தியானலிங்கப் பிரதிஷ்டைக்குப் பிறகு வாழ்க்கையை மறு உருவாக்கம் செய்து பார்க்க இருக்கிறேன். அது சாத்தியமான ஒன்றுதான். அது நிகழப்போகிறதா, இல்லையா என்று பார்க்க வேண்டும், நம்மிடம் சரியான சூத்திரம் இருக்கிறது. அதைப் பரிசோதித்துப்பார்க்கலாம். அது நடந்தால், என் வாழ்க்கை தொடரும். இல்லையென்றால், எந்த வருத்தமும் இல்லாமல் விடைபெறுவேன்” என்று சத்குரு சொன்னவுடன் சாதகர்கள் இன்னமும் கவலைப்பட்டுப்போனார்கள்.

இந்தச் சூழலில் தியானலிங்க வளாகத்துக்கான அஸ்திவாரப் பணிகள் துவங்கின. வெள்ளியங்கிரி மலைச்சாரல் பகுதியில் மழைக்குப் பஞ்சம் இல்லை. உலக உருண்டையில், இடையில் வெட்டினால் கிடைக்கும் வடிவத்தின் பிரதிபலிப்பாக உருவாக்கப்பட இருந்தது தியானலிங்கத்தின் மேற்கூரை. அந்த அடிப்படையில் 76 அடி விட்டம்கொண்ட கர்ப்பக்கிரகத்துக்கான அஸ்திவாரம் தோண்டப்பட்டது. தொடர் மழை காரணமாக பள்ளம் தோண்டத் தோண்ட மண் சரிந்து விழுந்துகொண்டே இருந்தது. கட்டிடத் தொழிலாளர்கள் மற்றும் பிரம்மச்சாரிகள் ஆகியோருக்குச் சலிப்பு வந்து தாக்கும். ஆனால், சத்குரு ஒருமுறை கட்டுமானப் பகுதிக்கு வந்து பார்த்துவிட்டுச் சென்றால், மீண்டும் புத்துணர்ச்சியும் உற்சாகமும் வந்துவிடும். பணிகள், எந்தவிதச் சோதனைகளும் இல்லாமல் முன்னேறும்.

தியானலிங்க வளாகக் கட்டுமான வரைபடமும், சத்குரு உருவாக்கியதே. அந்த வரைபடத்தைப் பார்த்த, பொறியியலில் உயர்தேர்ச்சி பெற்ற ஆசிரமத்துப் பிரம்மச்சாரிகளே அசந்து போய்விட்டார்கள். 33 அடி உயர மேற்கூரையைத் தாங்கிப் பிடிக்க தூண்கள் எதுவும் வரைபடத்தில் இல்லை. இந்த ஆச்சர்யம் ஒரு

பக்கம் இருக்க, கட்டுமானத்தில் இரும்பு மற்றும் சிமெண்ட்டைப் பயன்படுத்தப்போவதில்லை என்று அறிவித்தது, அவர்களை வியப்பின் எல்லைக்கே கொண்டுபோய் விட்டது. செங்கல், மணல், சுண்ணாம்பு, கடுக்காய் மற்றும் சில மூலிகைப் பொருட்களே மேற்கூரை கட்டுமானத்தில் பயன்படுத்தப்பட வேண்டும் என்று தெளிவாகச் சொல்லிவிட்டார் சத்குரு. “இரும்பு, சிமெண்ட் ஆகியவற்றால் உருவாகும் கட்டுமானங்கள், அதிகபட்சம் நூறு வருடங்களே தாக்குப்பிடிக்கும்” என்றார் சத்குரு.

சத்குருவின் கனவை நிதர்சனமாக்க, தச்சர்கள், கொத்தனார்கள், சிற்பிகள் மற்றும் வெவ்வேறு பணிகளுக்குத் தேவையான ஆட்கள், தாங்களாகவே முன்வந்து கட்டுமானப் பணியில் ஆர்வத்துடன் ஈடுபட்டார்கள். பல்வேறு இடங்களிலிருந்து சாதகர்களும், அவர்களது குடும்பத்தினரும், கூட்டம் கூட்டமாக வந்து மேற்கூரை கட்டுமானப் பணியில் ஈடுபட்டனர். தியான லிங்க உருவாக்கத்தால் தங்கள் உடலுழைப்பைக் கொடுத்தது மட்டுமல்லாமல், தங்களால் இயன்ற பொருளுதவியும் செய்ததன் காரணமாக, பணிகளுக்கான நிதி ஆதாரம் தொய்வின்றித் தொடர்ந்தது. ஆசிரமத்திலிருந்து எந்த வேண்டுகோளும் இல்லாமலேயே, பெரிய பணக்காரர்கள்,

மில் முதலாளிகள், தொழிலதிபர்கள் ஆகியோர் நன்கொடை மூலம் உதவியது மட்டுமல்லாமல், நேரம் கிடைக்கும்போதெல்லாம் வெள்ளியங்கிரிக்கு வந்து கட்டுமானப் பணியில் ஈடுபட்டார்கள்.

கட்டுமானத் தொழிலாளர்களுக்கு மேற்கூரை அமைக்கும் பணி மிகப் பெரிய சவாலாக அமைந்தது. மேற்கூரைக்கான செங்கல் அடுக்கும் பணிகள் நடந்தபோது, பலத்த மழை தொடர்ந்து பெய்து கொண்டு இருந்தது. செங்கற்கள் ஈரமாகிப் போகாமல் காக்க, பெரிய பெரிய பிளாஸ்டிக் ஷீட்டுகள் அவற்றின் மேல் போடப்பட்டன. பின்பு கட்டுமானத்தில் சுற்றுவாக்கில் செங்கற்களை அடுக்கி மேற் கூரை உருவானபோது, கீழே தாங்கிப் பிடிக்க சாரம் கட்டப்பட்டது. அதேசமயம் ஏற்கனவே கட்டுமானத்தில் வைக்கப்பட்ட செங்கற்கள், மழையில் நனையாமல் பாதுகாக்க பிளாஸ்டிக் ஷீட் போடப்பட்டது. மேலும் அடுத்த நாள் மேற்கூரை பணி தொடர, சாரம் கட்டும் வேலையும் நடந்தது. கிட்டத்தட்ட இரண்டரை லட்சம் செங்கற்கள் மேற்கூரை அமைக்கத் தேவைப்பட்டன. தொழிலாளர்களும் பிரம்மச்சாரிகளும் மேற்கூரைப் பணியின்போது, தூங்குவதற்குக்கூட நேரம் இல்லாமல் உழைத்தனர். கட்டுமானத்துக்குத் தேவையான செங்கற்களில் பாதியளவு ஆசிரமத்திலேயே சூளை அமைத்து உருவாக்கப்பட்டது. மீதம் கேரளாவிலிருந்து வரவழைக்கப்பட்டது.

சாரம் கட்டுவதற்கும், பின்னர் அதைப் பிரித்து மறுபடியும் கட்டு மானம் தொடர அமைப்பதற்கும், ஒரு தனிக் குழுவே ஏற்படுத்தப் பட்டது. அந்தக் குழு இரவு ஒன்பது மணியிலிருந்து காலை ஆறு மணி வரை வேலை செய்து, அடுத்த நாள் கட்டுமானம் தொடர சாரம் அமைக்கும். பணிகளின் போது, தொழிலாளர்கள் “கலவை, கல்லு” என்று சத்தமாகக் குரல்கள் கொடுத்துக்கொண்டு இருந்தது, பிரம்மச்சாரிகளுக்கும் சாதகர்களுக்கும், “ஷிவசம்போ” என்றே காதில் விழுந்தது. கட்டுமானம் ஒவ்வொரு பகுதியாக முன்னேறும் போது, இதற்குமேல் எப்படி என்ற கேள்வியுடன் ஒரு சவாலைச் சந்திக்க வேண்டியிருக்கும். சத்குரு அவர்கள் வந்து பார்வையிட்டுப் போன பின்பு தெளிவு பிறக்கும். பணிகள் தொடரும்.

மேற்கூரையைத் தாங்கிப்பிடிக்கும் பத்தடி அகலச் சுற்றுச் சுவர்களில், உட்புறம் இருபத்தியெட்டு தியானக் குகைகள் அமைக்கப்பட்டன. அதற்குள் அமர்ந்து, அமைதியாகத் தியானம் செய்யவே இந்த ஏற்பாடு. பழங்காலத்து கட்டுமானத் தொழில்நுட்பமும் பொருட்களும் பயன்படுத்தப்பட்டாலும், கட்டுமானத்தின் உறுதியையும் நீட்டிப்புத்தன்மையையும் தீர்மானிக்க நவீன கணிதமும் கணிப்பொறியும் மிகவும் உதவியாக இருந்தன. மேற்கூரையை முழுவதுமாக அமைத்து முடிக்க எட்டு வாரங்கள் ஆயின. மேற்கூரையின் கடைசிச் செங்கல்லை சத்குரு வைத்தபோது, பிரமிக்கத்தக்க பொறியியல் சாதனை நிகழ்த்தப்பட்டிருப்பது

புரியவந்தது. உலக அளவில் பார்க்கப்போனால், இதுபோன்ற கட்டிடக்கலை அதிசயம் வேறெங்கும் இல்லை.

கட்டுமானப் பணிகள் தீவிரமாக ஒரு பக்கம் நடக்க, சத்குருவுடன், சாதகர்களின் கலந்துரையாடல், வகுப்பறைகளிலும் மரங்களடியிலும் தொடர்ந்தது. அப்போது ஒரு சாதகர் "இப்போதெல்லாம் வாஸ்து சாஸ்திரம் பற்றி பெரிய அளவில் பேசப்படுகிறதே! தியான லிங்கம் கட்டுவதில் எந்த அளவுக்கு வாஸ்து பயன்படுத்தப்பட்டிருக்கிறது?" என்று எதிர்பாராத ஒரு கேள்வியைக் கேட்டார்.

"இந்தக் கேள்வியே குதர்க்கமானது என்று எனக்குப் புரிகிறது. தியானலிங்கம் கட்டுவதில் வாஸ்து சாஸ்திரம் பின்பற்றப்பட்டிருக்கிறது என்று சொன்னால் நீங்கள் மகிழ்ச்சிடையக்கூடும். ஆனால், நான் சொல்வது உங்களுக்கு ஏமாற்றமாக இருக்கக்கூடும். தமிழ்நாட்டில் ஒருவிதமான வாஸ்து இருக்கிறது. நாட்டின் மற்றப் பகுதிகளில் வெவ்வேறுவிதமான வாஸ்து முறைகள் கடைப்பிடிக்கப்படுகின்றன. ஏன் சமவெளிப் பகுதிக்கும், மலைப் பகுதிகளுக்குமே இந்த வகையில் வித்தியாசம் இருக்கிறது. பழங்காலத்தில் கிராமங்களில் கட்டிட நிபுணர்கள் யாரும் இல்லை. உதாரணமாக ஒரு மனிதர் தன் வீட்டை தானே கட்டிக்கொள்கிறார். சரியான காற்றோட்டமும் வெளிச்சமும் வருவதற்கு தேவையான ஜன்னல்களையும் கதவுகளையும் வைக்க வேண்டாமா? அப்படி இல்லையென்றால் உடலும் மனமும் சீரழியும் வாய்ப்பு உண்டல்லவா? எனவேதான் இந்த அடிப்படை வழிகாட்டுதல்களுக்காக சாஸ்திரங்கள் வடிவமக்கப்பட்டன.

சாஸ்திரம் என்றாலே வழிகாட்டுதல் என்று பொருள். சந்தர்ப்பப் பகுதிகளில் உள்ள தட்பவெட்ப நிலைக்கேற்ப கட்டிடங்கள் அமைக்கப்பட்டு வருகிறது. இதை வாஸ்து சாஸ்திரம் என்கிறார்கள். ஆனால், இப்போது வாஸ்து வணிகமாகிவிட்டது. ஏற்கனவே அச்சத்தில் இருக்கும் மக்களை மேலும் அச்சத்தில் ஆழ்த்த வாஸ்து நிபுணர்கள் தங்கள் பங்களிப்பைச் செய்து வருகிறார்கள். கழிவறை இருக்கும் இடத்தில் சமையலறை வைக்கிறார்கள். படுக்கையறை இருக்கும் இடத்தில் சமையலறை இருக்கிறது" என்ற சத்குரு வாஸ்து எந்த அளவுக்கு மக்களை பைத்தியமாக்கி இருக்கிறது என்பதை வியக்கும்விதமாக, ஒரு சம்பவத்தைச் சொல்லத் துவங்கினார்.

மணி மகுடம்!

31

வாஸ்து சாஸ்திரத்தின் அடிப்படையைப் புரிந்துகொள்ளாமல், சில அரைவேக்காட்டு வாஸ்து நிபுணர்களின் ஆலோசனைகள் எப்படிச் சிலரை பைத்தியமாக்கிவிடுகின்றன என்று சொல்லும் சம்பவத்தை விளக்கத் துவங்கினார் சத்குரு.

"நான் முதன் முதலாக கோவைக்கு வந்தபோது ஒரு வீட்டில் சாப்பிடக் கூப்பிட்டிருந்தார்கள். தோட்டத்தில் அழகான வீடு. ஆனால், அந்தத் தோட்டத்தின் மையப் பகுதியில், எந்த ஒரு அவசியமும் இல்லாமல் ஒரு கொடிக் கம்பம் இருந்தது. "எதற்கு இந்தக் கொடிக் கம்பம்?" என்று கேட்டேன். அந்தப் பெண்மணி சொல்ல யோசித்தார். "நான் ஈஷா வகுப்புக்கு முன்பே வந்திருந்தால், இதைச் செய்திருக்க மாட்டேன்'' என்று தயங்கியவாறு சொன்னார்.

விஷயம் இதுதான். வீடு கட்டி நன்றாகவே வாழ்ந்திருக்கிறார்கள். வாஸ்து நிபுணர் ஒருவர் வீட்டுக்கு வந்திருக்கிறார். "இந்த வீட்டின் தென்மேற்கு மூலை, வீட்டைவிட உயரமாக இருக்க வேண்டும். ஆனால், உங்கள் வீட்டில் வடமேற்கு மூலைதான் உயரமாக இருக்கிறது. இப்படி இருந்தால் உங்கள் இரண்டு மகன்களும் இறந்துவிடுவார்கள்" என்று சொல்லிவிட்டுப் போய்விட்டார்.

பெண்மணி பதறிப்போய் சித்தம் கலங்கிய நிலைக்கு வந்துவிட்டார்.

அவர் கணவர் மருத்துவர். "வாஸ்து நிபுணர் சொன்னதை நம்ப வேண்டாம்" என்று அவர் பலமுறை சொல்லியும் பெண்மணியின் மனநிலையில் மாற்றம் இல்லை. கடைசியில் அதே வாஸ்து நிபுணரைத் தொடர்புகொண்டு, "என்னதான் செய்வது?" என்று வேதனையுடன் கேட்டார் பெண்மணி. இதைத்தானே அவர் எதிர்பார்த்துக்கொண்டு இருந்தார். மிகத் தந்திரமாக, தொடர் வற்புறுத்தல்களுக்குப் பிறகு, "பரிகாரம் இருக்கு. ஆனா, பணம் செலவாகுமே" என்று இழுத்தார். அவர் எதிர்பார்த்தபடியே இவர்களும் எவ்வளவு செலவானாலும் பரவாயில்லை என்று சொல்லிவிட்டார்கள். அப்புறம் 20,000 ரூபாய் வாங்கிக்கொண்டு, 25 அடி உயரக் கொடிக் கம்பத்தை கொண்டு வந்து நட்டுவிட்டுப் பரிகாரம் செய்துவிட்டார். இப்போது தென்மேற்கு மூலை உயரமாகி விட்டது. பெண்மணியின் மகன்கள் காப்பாற்றப்பட்டுவிட்டார்கள். இதைப் பைத்தியக்காரத்தனம் என்று சொல்லாமல் வேறு எப்படிச் சொல்ல முடியும்?

வீடு கட்டுவதற்கு என்றும், உடல்நலம், மனநலம் சார்ந்த நல்வாழ்க்கைக்கு உதவி செய்யவும் சில அம்சங்கள் இருக்கின்றன. ஆனால், மக்கள் இந்த விஷயத்தில் அறியாமை காரணமாக முட்டாள்தனமான செயல்களில் ஈடுபட்டு, சக்தியையும் அறிவையும் வீணடித்துக்கொண்டு இருக்கிறார்கள்" என்று முடித்தார் சத்குரு.

இதற்கிடையில் தியான லிங்க வளாகக் கட்டிடப் பணிகள் விரைந்து முன்னேறிக்கொண்டு இருந்தன. லிங்கத்துக்கு தேவையான கல், சென்னையை ஒட்டிய பகுதியிலிருந்து கொண்டுவரப்பட்டது. கல் வகைகளில் ஆசியாவிலேயே மிக அடர்த்தித்தன்மை கொண்டது இந்த லிங்கக் கல். தியானலிங்கம் எந்த மதத்துக்கும் சொந்தம் இல்லை என்பதைச் சொல்லும் சர்வ தர்ம ஸ்தம்பம் நிறுவப்பட்டது. தியான லிங்கக் கர்ப்பக்கிரகத்துக்கு முன்னர் நீண்ட பரிக்கிரமா என்று சொல்லப்படும் தாழ்வாரம், அதையொட்டி அழகான சிலைகள் என்று வேலைகள் முடிக்கப்பட்டன.

மிக நீண்ட, அகலமான, பருமனான கிரானைட் கற்கள் வெகு தொலைவிலிருந்து கொண்டுவரப்பட்டு அழகான முறையில் வளாகம் உருவாகி வருவதைப் பார்த்தவர்களுக்கு, அந்தக் காலத்துப் பல்லவர்களும் சோழர்களும்தான் நினைவுக்கு வந்தார்கள். தியானலிங்கப் பிரதிஷ்டையில் ஒரு குறிப்பிடத்தக்க கட்டம், லிங்கரந்திரா பிரதிஷ்டை. எட்டடி நீளம்கொண்ட செப்புக் குழாய், ஏழு சக்கரங்களைக் கொண்டது. இந்த ஏழு சக்கரங்களுக்கும் சக்தியூட்டி, அதிர்வுகளை வெளிப்படுத்தும் செப்புக்குழாயை லிங்கத்திற்குள் பொருத்துவதுதான் லிங்கரந்திரா பிரதிஷ்டை.

தியானலிங்கத்தின் அடிப்பாகத்தில் வீரியஸ்தானா என்று சொல்லப் படும் ரசவாதத்தால் கெட்டிப்படுத்தப்பட்ட பாதரசம் வைக்கப்பட்டிருக்கிறது. இதன் மூலம் லிங்கத்துக்கு ஆண்மைத்தன்மை கொடுக்கப்பட்டது.

வளாகம் முற்றுப்பெற்ற நிலையில், பிராணப் பிரதிஷ்டை முழுமை பெறும் நாளைக் குறிப்பிட்டு, "உலகத்துக்கு அன்று தியானலிங்கம் அர்ப்பணிக்கப்படும்" என்று அறிவித்தார் சத்குரு.

1999ம் வருடம், ஜுன் மாதம் 24ம் தேதி ஈஷா யோக மைய வரலாற்றில் பொன்னெழுத்துக்களால் பொறிக்க வேண்டிய நாள். தியானலிங்கத்துக்கான பிராணப் பிரதிஷ்டை முழுமை நிலை அடையும் நிகழ்ச்சியில் கலந்துகொள்ள நாடெங்கிலுமிருந்து தியான அன்பர்கள் கூடினர்.

பிரதிஷ்டை முழுமை பெற இரண்டு வழிகள்தான் இருந்தன. ஒன்று, தியானலிங்கத்தை உருவாக்கிய யோகி அதனுடன் இரண்டறக் கலந்துவிடுவது. மற்றொன்று, ஆனந்த நிலையில் பிரதிஷ்டையை இயல்பாக நிகழ்த்துவது. ஆனந்த நிலையில் நடக்க வாய்ப்பில்லாமல் போகும்போது, தியான லிங்கத்தில் கலந்துவிடுவதைத் தவிர வேறு வழி இல்லை என்று கருதிய சத்குரு, அதற்கான முன் நடவடிக்கைகளில் ஈடுபட்டார். அப்படிக் கலந்துவிட்டால், சக்தி நிலையை லிங்கத்தில் நிலைநிறுத்த வேறு ஒருவர் ஏற்பாடு செய்யப்பட்டிருந்தார்.

அது போல, தியானலிங்கத்தில் ஏழு சக்கரங்களின் சக்தியைப் பிரதிஷ்டையின் மூலம் செலுத்தி, பூட்டுவதற்கு ஏதாவது தாமதம் ஏற்பட்டால், சக்தி நிலையைத் தேக்கி வைத்துக்கொள்ளாமல் லிங்கம் வெடித்துவிடும் வாய்ப்பு இருக்கிறது. இதைத் தடுப்பதற்கு நுண்ணிய நேர்க்கோடான விரிசலை லிங்கத்தில் உண்டாக்கினார் சத்குரு. அந்த சிறிய, நுட்பமான விரிசலை, கைகளாலும் செய்ய முடியாது, இயந்திரங்களாலும் செய்ய முடியாது. எனவே, சத்குரு சக்தி நிலையின் உச்சத்துக்குப் போய் சிறு கரவொலி மூலம் அந்த விரிசலை உண்டாக்கியது, கூடியிருந்த அனைவரையும் வியப்பில் ஆழ்த்தியது.

பிராணப் பிரதிஷ்டை நிகழ்ச்சியில் பங்குபெற வந்திருந்த தியான அன்பர்கள், தியானலிங்கக் கர்ப்பக்கிரகத்துக்கு முதுகு காட்டி அமர்ந்திருந்தார்கள். சத்குருவின் யோக சாதகங்கள் விளைவிக்கும் அற்புதங்களைப் பற்றி தியான அன்பர்கள் நன்றாகவே அறிவார்கள். இருந்தும் மனித மனம் சில சமயங்களில் உணர்வுபூர்வமாகவே செயல்பட இடம் கொடுக்கும். தியான லிங்கக் கர்ப்பக்கிரகத்துக்குள் சத்குரு நுழையும்போது அன்பர்களின் படபடப்பு கூடிக்கொண்டே போனது. ஒவ்வொரு சக்கரமாகப் பெயர்

சொல்லப்படும் என்றும், அப்படிச் சொல்லும்போது, அந்தச் சக்கரங்களில் ஆழ்ந்து தியானிக்கும்படி அன்பர்கள் கேட்டுக் கொள்ளப்பட்டனர்.

பிராணப் பிரதிஷ்டை முக்கோண வியூகத்தில் ஒரு புள்ளியான விஜி இல்லாத நிலையில், லிங்கத்தில் பிராண சக்தியை நிலை நிறுத்துவது பெரிய சவாலாக இருந்தது. மூன்று உடல்களிலிருந்து கர்மவினையல்லாத பிராண சக்தியின் மூன்று நிலைகள் எடுக்கப்பட்டு பிரதிஷ்டை செய்யப்பட்டன. அந்த மூன்று பிராண சக்திகளையும் ஒன்றிணைக்க, மூவரின் நாடிகளும் பிரித்தெடுக்கப்பட்டு பயன்படுத்தப்பட்டன. இருவர் பணியை ஒருவராகச் செய்து வந்த சத்குருவுக்கு, நாடிகள் வெளியெடுத்தது, உடலளவில் மிகப்பெரிய பாதிப்பை உண்டாக்கியது. யோகக் கலையின் இந்தச் சூட்சுமமான செயல்பாடுகள், சாதாரண மனிதனை வியப்பில் ஆழ்த்தும்; சந்தேகத்தை உருவாக்கும்; கேள்விகளை எழுப்பும். ஆனால், யோகக் கலை என்ற கடலில் நீந்துபவர்களுக்கு, இந்த பிரதிஷ்டை நிகழ்வுகள் பரவசத்தில் கொண்டுவிடும்.

அடிப்பாகத்தில் உள்ள மூலாதாரத்தில் துவங்கி, உச்சியில் உள்ள சகஸ்ரஹாரம் வரை செல்லும்போது, சத்குரு உடலை விட்டுவிடும் வாய்ப்புகள் அதிகம். எனவே, முதலில் மேலிருந்த நான்கு சக்கரங்களும் சக்தி நிலை செலுத்தப்பட்டு பூட்டப்பட்டன. அடுத்து, அனாகதம் மற்றும் மூலாதாரச் சக்கரத்தைப் பூட்டினார் சத்குரு. மணிப்பூரகத்தைப் பூட்டிய பிறகு, சுவாதிஷ்டானத்தைப் பூட்ட முயற்சித்தார் சத்குரு. அது பெரும் போராட்டமாக இருந்தது. எந்த விநாடியும் சத்குரு உடலைவிட்டு விடுவாரோ என்று எல்லோருக்கும் பயம் கூடியது. தனக்கென சமாதியைத் தயார்படுத்திக்கொண்டு, ஆசிரமம் எப்படிப் பராமரிக்கப்பட வேண்டும் என்பதையும் எழுதிவைத்தே இறுதி நிலைக்குத் தயாரானார் சத்குரு. மகள் ராதையை சட்டப்பூர்வமாக சுவீகாரம் கொடுக்கவும் ஏற்பாடு செய்திருந்தார். உடல் செயலிழந்து போனால், எடுத்துச் செல்ல வெளியே ஒரு வாகனமும் நிறுத்திவைக்கப்பட்டிருந்தது. மிகுந்த சிரமத்துடன் கடைசியாக சுவாதிஷ்டானச் சக்கரத்தை பூட்டிய சத்குரு, உச்சகட்ட ஆனந்த நிலையில் லிங்கத்தை ஆரத் தழுவிச் சாய்ந்தார். எல்லாம் சுபமாக முழுமை பெற்றதே என்று தியான அன்பர்கள் மகிழ்ச்சிக் கடலில் கண் திறந்தபோது பார்த்த காட்சி, அவர்களை ரொம்பவே அதிர்ச்சியடையவைத்து.

மகத்துவம் தொடரும்!

32

தியானத்திலிருந்த பிரம்மச்சாரிகளும் அன்பர்களும், தியான லிங்கம் முழுமை பெற்றதை எண்ணிப் பரவசத்தோடு கண் திறந்தனர். ஆனால், தியான லிங்கக் கர்ப்பக் கிரகத்திலிருந்து சத்குருவைப் பிரம்மச்சாரிகள் தூக்கிக்கொண்டு போவதைப் பார்த்து மிகவும் கவலைகொண்டனர். அந்தக் கவலையில், பரவசம்கூட உடனே வற்றிவிட்டது. சத்குரு உடல்நிலை பற்றிய சிந்தனை எல்லோரையும் தொற்றிக்கொண்டது.

சில மணித்துளிகளுக்கு பிறகு சத்குருவிடமிருந்து செய்தி வந்தது. "தியானலிங்கம் பிரதிஷ்டை சிறப்பான முறையில் நடந்தேறியது என்பதைத் தெரிவிக்க விரும்புகிறேன். பலவிதங்களில் இப்பணிகளில் தங்களை அர்ப்பணித்துக்கொண்ட மக்களுக்கும், என் குருவின் எண்ணத்தைச் செயலாக்கிய அனைவருக்கும் தலை வணங்குகிறேன். உங்களுக்கு என் நன்றியும் ஆசியும் எப்போதும் இருக்கும். என் உடல்நலக்குறைவு சில காலத்துக்கு மட்டும்தான்" என்ற சத்குருவின் செய்தி படிக்கப்பட்ட பிறகுதான் எல்லோரும் நிம்மதிப் பெருமூச்சு விட்டார்கள்.

ஏற்கனவே சொல்லிவைத்தபடி முழு சக்தி நிலையை அடைந்த தியான லிங்கத்தின் மேல் 1500 பேர் தாமிரச் செம்பினால் நீரை அபிஷேகம் செய்தனர். இரவில் பிரதிஷ்டை நடந்து முடிய, அடுத்த நாள் பகல் 12 மணிக்கு மகா மந்திர உச்சாடனத்துடன் அன்பர்களின் தியானம் துவங்கியது. மூன்று நாட்கள் கழித்து

கூட்டுத் தியான வேள்வி நிறைவடைந்தது. அது முடிந்தவுடன் 'சத்குரு மீண்டும் வருகிறார்' என்று வந்த தகவல் அன்பர்களை எல்லையில்லா மகிழ்ச்சிக் கடலில் ஆழ்த்தியது.

அனைவரும் வழி மேல் விழி வைத்து சத்குருவை எதிர்பார்த்துக் காத்திருந்தனர். கம்பீரமாக நடந்து வந்து தியானலிங்க வளாகத்துக்குள் நுழைந்தார் சத்குரு. அன்பர்கள் அப்படியே ஆனந்தத்தில் கரைந்தனர். முதலில் குரு பூஜையை முடித்தார் சத்குரு. பின்னர் மெல்லிய குரலில் பேசத் துவங்கினார்.

"தியானலிங்க எல்லைக்குள், அதன் சக்தி வளையத்துக்குள், நேரடியாகவோ அல்லது விழிப்பு உணர்வின் மூலமாகவோ வரக்கூடிய ஒவ்வொரு மனிதருக்கும், அவருக்கு விருப்பம் இருக்கும்பட்சத்தில், திறந்த நிலையில் இருந்தால், வாழ்க்கையின் முழுமையையும் ஆழத்தையும் அறிந்து உணர்வதற்கான வாய்ப்பினை தியான லிங்கம் வழங்கும். எனவேதான், தியான லிங்கம் ஓர் அற்புதம் என்று கூறுகிறேன். வாழ்க்கையின் அழகை, அதன் கம்பீரத்தை உணர நம்மை நாமே அனுமதிக்க வேண்டுமே தவிர, மற்றவை அனைத்துமே முட்டாள்தனமான செயல்களாகவே இருக்கும். உங்கள் வரம்புக்குட்பட்டு, புரிந்துகொள்ளும் தன்மையிலிருந்து நீங்கள் எதைச் செய்தாலும் அது முதிர்ச்சியில்லாத, பக்குவமற்ற செயலாகவே இருக்கும்.

தியானலிங்கத்தை உலகுக்குப் பரிசளிப்பதிலோ, அர்ப்பணிப்பதிலோ நான் சந்தோஷப்படுகிறேனா அல்லது பரவசப்படுகிறேனா என்று எனக்குத் தெரியவில்லை. எந்தச் சொல்லை நான் உபயோகித்தாலும் அது சரியாக இல்லை. ஆனால், அது நிகழ்ந்துவிட்டதால் ஒரு வகையில் நான் விடுபட்டிருக்கிறேன். இது நிகழ வேண்டும் என்பது என் விருப்பம் அல்ல; என் குருவின் விருப்பம். மூன்று பிறவிகளாக, பல மனிதர்களின் அன்புடனும், ஆதரவுடனும், புரிந்துகொள்ளும் தன்மையுடனும், எல்லாவற்றுக்கும் மேலாக குருவின் பெருங்கருணையுடனும் இது நிகழ்ந்திருக்கிறது. இன்று நான் வெறுமையாக உணர்கிறேன். நான் சந்தோஷமாக இருக்கிறேன் என்றோ, நிறைவடைந்திருக்கிறேன் என்றோ என்னால் சொல்ல முடியாது. ஆனால், ஒரு வெறுமையை உணர்கிறேன்.

ஏனென்றால் என் வாழ்வின் லட்சியம் முடிந்துவிட்டது!" சத்குருவின் நீண்ட உரையில் சாதகர்களை உருக்கிய பகுதி இது.

ஆன்ம விடுதலைக்கான வித்தாக தியானலிங்கம் பிரதிஷ்டை செய்யப்பட்ட பின், தொடர்ந்து வந்த காலகட்டத்தில், அது தொடர்பாக சாதகர்களின் கேள்விக் கணைகள் தொடர்ந்தன. "உண்மையில் தியான லிங்கத்தின் மகத்துவம் இன்னமும் இரண்டு தலைமுறைகளுக்கு அப்புறமே அறியப்படும். இப்போதைக்கு இது வாக்குவாதத்துக்கு உரியதாகவும் சர்ச்சைக்குரியதாகவுமே இருக்கும்.

இதன் உண்மையான தன்மையினை உணர மக்களுக்குச் சிறிது காலம் ஆகும்" என்று பிரதிஷ்டை முடிவுற்ற தருவாயிலும், அப்புறம் பல முறையும் சத்குரு சொல்லியிருக்கிறார்.

பலரது சந்தேகம், 'தியானலிங்கத்தை அணுகுவது எப்படி?' என்பதுதான்.

"நீங்கள் தியானலிங்கத்துக்கு முன்பாகப் போய் வெறுமனே அமருங்கள். நீங்கள் எதையும் நம்புவதோ அல்லது நம்பாமல் இருப்பதோ முக்கியமில்லை. உங்கள் முன்பு நல்ல உணவு பரிமாறப்பட்டதாக வைத்துக்கொள்ளுங்கள். ஆனால், நீங்கள் நல்ல பசியிலும் இல்லை; அதே சமயம் உணவை வெறுக்கவும் இல்லை. திறந்த மனதுடன் இருங்கள். உங்கள் முன்னே இருக்கும் உணவைக் குறித்து எந்த மதிப்பீட்டையும் செய்யாதீர்கள். தியான லிங்கத்தின் முன்பு அப்படித்தான் அமர வேண்டும். ஒரு விருப்பத்தோடு, திறந்த தனிமையோடு அங்கு அமர்வீர்களானால், தியானலிங்கம் கல் வடிவிலான ஒரு குறியீடு மட்டுமல்ல; எல்லாவிதங்களிலும் உயிர்ப்புத்தன்மையுடன் விளங்கி, உங்கள் ஆழ்மனதை அது ஊடுருவுவதை உணர்வீர்கள். ஒரு குருவோடு மிக நெருக்கமாக இருந்து ஆன்ம சாதனை செய்யக்கூடிய ஒரு சிலருக்கே கிடைக்கக்கூடிய அற்புதமான வாய்ப்பினை தியான லிங்கம் அனைவருக்கும் வழங்குகிறது" என்றார் சத்குரு.

தியானலிங்கத்தை குருவாகப் பயன்படுத்த எளிய வழி, சில நிமிடங்கள் கண் திறந்து அதைப் பார்த்து, பின்னர் கண் மூடி அமர்வதுதான். நீங்கள் எந்தக் காட்சியையும் நினைக்காமல், கற்பனை செய்யாமல், நினைவுக்குள் போகாமல் இருந்தால், முழு சக்தி வடிவான தியான லிங்கம் உங்கள் சக்தி நிலைக்குள் தானாகவே பதியும். இது நிகழ அனுமதித்தால், ஆயுசு முழுமைக்கும் அது உங்களுக்கு வழிகாட்டிக்கொண்டு இருக்கும்'' என்றும் சாதாரண மக்களுக்கு எளிய வழி சொல்லியிருக்கிறார் சத்குரு.

தியானலிங்கம் எந்த மதத்துக்கும் சொந்தமில்லை. அதன் மகத்துவத்தை உணர, கடவுள் நம்பிக்கைகூட தேவை இல்லை என்று தங்களுக்குச் சொல்லி வரும் சத்குரு, கர்ப்பக்கிரகத்தில் இந்துச் சின்னமாக கருதப்படும் விபூதியை வைத்திருப்பது ஏன் என்பது பல சாதகர்களின் நெடுநாள் சந்தேகம்.

''தியானலிங்கத்தின் ஏழு சக்கரங்களும் முழுமையாகத் தூண்டப்பட்டிருக்கின்றன என்பது உங்களுக்குத் தெரியும். அந்தச் சக்தி நிலையை நாம் பயன்படுத்திக்கொள்ளும் வாய்ப்பு கொட்டிக்கிடப்பதால், இங்கே சடங்குகளுக்கு எந்த முக்கியத்துவமும் கிடையாது. அவை சற்றும் பொருத்தமில்லாமலும் இருக்கும். மேலும் விபூதியை இந்து மதத்தின் சின்னமாகப் பார்க்காதீர்கள். விபூதி என்பது பாரம்பரியமாக உணர்வுகளைத் தூண்டிவிடும்

கருவியாகவே பயன்படுத்தப்பட்டு வருவதை உணர வேண்டும். அது உடலில் எங்கே பூசப்படுகிறது என்று பாருங்கள். உடலில் சக்தி நிலை இடம் பெற்றுள்ள ஏழு சக்கரங்களில் பெரும்பாலான சக்கரங்கள் இருக்கும் இடங்களில்தான் அது பூசப்படுகிறது. அந்த சக்தி நிலைகளைத் தூண்டிவிட உதவியாகத்தான் பூசப்படுகிறது. ஆனால், குறிப்பிட்ட விகிதத்தில் கலவையாக விபூதி தயாரிக்கப்பட வேண்டும். தியானலிங்கம் பிரதிஷ்டை செய்யப்பட்டதே, மனிதனின் ஏழு சக்கரங்களையும் தூண்டி ஆன்ம விடுதலைக்கு வழிகாண வேண்டும் என்பதால்தான். அந்த நோக்கில் விபூதியும் உதவியாக இருப்பதால் அதை வைத்திருக்கிறோம்" என்று விளக்கினார் சத்குரு.

மனிதனை மேம்பட்ட நிலைக்குக் கொண்டுசெல்ல தியான லிங்கத்தை நிறுவினாலும், அதன் அளப்பறிய சக்தி நிலையை யாரும் எதிர்காலத்தில் தீய நோக்கங்களுக்குப் பயன்படுத்தக் கூடாது என்ற நோக்கில், வெளிப்பிராகாரத்தில் மாந்திரீகக் கோயில் ஒன்றை அமைக்க இருப்பதாகவும் சத்குரு சொல்லியிருக்கிறார்.

மனமென்னும் நந்தவனத்தில், ஆன்ம விடுதலைக்கான உயிர்ப் பூக்களை மலரவைக்க, ஞான விதைகளைத் தூவும் சத்குருவின் தியானலிங்கத்தின் 'எல்லையற்ற மகத்துவம்' என்றென்றும் தொடரும்!

ஈஷா அறக்கட்டளை

ஈஷா அறக்கட்டளை, மதச் சார்பற்ற, லாப நோக்கில்லாத ஒரு பொதுத் தொண்டு நிறுவனமாக, 1992 ம் ஆண்டில் சத்குரு அவர்களால் நிறுவப்பட்டது. உலகள விலான மனிதநேய அமைப்பாகத் திகழும் இந்த அமைப்பு, நாடு மற்றும் கலாச்சாரம் போன்ற எல்லைகள் தாண்டி லட்சக்கணக்கான மக்களின் வாழ்க்கையில் மாற்றத்தை ஏற்படுத்தி வருகிறது. உள்நிலை மாற்றத்துக்கான ஈஷா யோகப் பயிற்சிகளிலிருந்து, மனிதகுலத்துக்கும் சுற்றுச்சூழலுக்குமான அதன் திட்டங்கள் வரை ஈஷாவின் செயல்பாடுகள் அனைத்தும், உலகின் வளர்ச்சிக்கும் ஒற்றுமைக்கும் அடிப்படையான ஒருங்கிணைந்து செயல்படும் பண்பாட்டைக்கொண்டதாக உள்ளது. இந்த அணுகுமுறை, உலகளவில் ஈஷாவுக்கு அங்கீகாரத்தைப் பெற்றுத் தந்திருப்பதோடு, ஐ.நா சபையின் பொருளாதாரம் மற்றும் சமூகப் பிரிவு அமைப்பும் ஈஷா அறக்கட்டளைக்கு சிறப்பு ஆலோசகர் தகுதியை வழங்கியுள்ளது.

உலகெங்கிலுமுள்ள இதன் 150க்கும் மேற்பட்ட கிளைகளில் உள்ள தன்னார்வத் தொண்டர்கள் ஆதரவுடன் ஈஷா அறக் கட்டளை ஆற்றிவரும் பணிகள், மக்கள் ஓர் ஆரோக்கியமான வாழ்க்கை முறைக்கு தங்களை மாற்றிக்கொள்ளவும், உறவு முறைகள் மற்றும் தன்னிறைவு நிலைகளை மேம்படுத்திக் கொள்ளவும், தங்களுள் பொதிந்துள்ள முழு ஆற்றலை உணரவும் ஓர் உறுதுணையான சூழ்நிலையை வழங்குகின்றன.

ஈஷா யோக மையம்

ஈஷா அறக்கட்டளையின் கீழ் 1994 ம் ஆண்டு நிறுவப்பட்ட ஈஷா யோக மையம், மேற்குத் தொடர்ச்சி மலையின் ஒரு பகுதியான வெள்ளியங்கிரி மலைச்சாரலில் அடர்ந்த காடுகளால் சூழப்பட்டு, ஏராளமான வன விலங்குகள் உறையும் வனப்பகுதியின் அருகில் 150 ஏக்கர் நிலப்பரப்பில் அமைந்துள்ளது. உள்நிலை வளர்ச்சிக்காக உருவாக் கப்பட்டுள்ள புகழ்வாய்ந்த இந்த சக்தி மையம், ஒரே கூரையின் கீழ் யோகாவின் பிரிவுகளான பக்தி, ஞானம், கர்மா மற்றும் கிரியா ஆகிய அனைத்தையும் வழங்கி உலகெங்கிலும் உள்ள

மக்களை ஈர்த்து வருவதுடன், குரு சிஷ்யப் பாரம்பரியத்தையும் புதுப்பித்து வருகிறது.

இந்த மையம், நுணுக்கமான கட்டிடக் கலைகள்கொண்ட 64000 சதுர அடி பரப்பளவுள்ள 'ஸ்பந்தா ஹால்' என்னும் தியானக் கூடத்தை உள்ளடக்கியுள்ளது. மேலும் தியான லிங்க யோகத் திருக்கோயில், தீர்த்தக்குண்டம், ஈஷா புத்துணர்வு மையம், ஈஷா கல்வி இல்லம் மற்றும் கிருகஸ்தர்களுக்கான வானப்பிரஸ்தா குடியிருப்புகள் ஆகியவையும் இந்த யோக மையத்தில் அமைந்துள்ளன.

தியானலிங்கம் யோகத் திருக்கோயில்

ஒரு தனித்துவமான சக்தி உருவமாக, யோக அறிவியலின் சாரமாக 1999ஆம் ஆண்டு சத்குரு அவர்களால் பிராணப் பிரதிஷ்டை செய்யப்பட்ட 13 அடி 9 அங்குல உயரமுடைய தியானலிங்கம், கடந்த 2000 வருடங்களில் முழுமையடைந்த முதல் தியான லிங்கமாகும். தியான லிங்கம் வீற்றிருக்கும் கருவறையின் அரைக்கோள வடிவ மேற்கூரை, இயற்கைப் பொருட்களான செங்கல், மண் போன்றவற்றை மட்டுமே பயன்படுத்திக் கட்டப்பட்டுள்ளது. கான்கிரீட் அல்லது இரும்பு போன்றவை பயன்படுத்தப்படவில்லை.

தியானலிங்கம் யோகத் திருக் கோயில் எந்த ஒரு குறிப்பிட்ட நம்பிக்கை முறையையும் சார்ந்தது இல்லை. இதற்கு எந்தவிதமான சடங்குகள், பிரார்த்தனை மற்றும் வழிபாடுகள் தேவை இல்லை. தியான லிங்கத்தின் அதிர்வூட்டும் சக்திப்பிரவாகமானது, தியானம் பற்றிய விழிப்பு உணர்வு இல்லாதவர்களைக்கூட ஆழமான தியானத்தன்மையை அனுபவப்பூர்வமாய் உணர்ந்திடச் செய்கிறது.

தியானலிங்கம் அருகிலேயே தீர்த்தக்குண்டம் அமைந்துள்ளது. அதிலுள்ள லிங்கம், பாதரசம் கொண்டு உருவாக்கப்பட்டு சத் குருவினால் பிரதிஷ்டை செய்யப்பட்டதால், தீர்த்தக்குண்டத்தின் நீர் மிக்க அதிர்வலைகளோடு உள்ளது. அதில் ஒரு முறை குளித்து எழுந்தாலே, உடலுக்கும் உள்ளத்துக்கும் எண்ணற்ற பயன்கள் விளைகிறது. அனைத்துக்கும் மேலாக, ஒருவர் ஆன்மீக சக்தியைப் பெறுதலை விரைவுபடுத்தி, தியான லிங்கத்தை முழுமையாக உணர வழி வகுக்கிறது.

உள் அமைதியையும் அமைதியான சுற்றுச்சூழலையும் விரும்பி வாரந்தோறும் ஆயிரக்கணக்கான மக்கள் தியான லிங்கத்துக்கு வருகை புரிகின்றனர். இந்த மையத்தில் மஹா சிவராத்திரி அன்று இரவு முழுதும் நிகழும் விழாக் கொண்டாட்டங்களில்

ஒவ்வொரு வருடமும் உலகெங்குமிருந்து லட்சக்கணக்கான மக்கள் கலந்துகொள்கின்றனர். ஈஷா யோக மையத்தின் முக்கிய அங்கமாக உள்ள தியானலிங்கம், தியானத்துக்குரிய முக்கிய இடங்களில் ஒன்றாக உலகளவில் பெயர்பெற்றது.

ஈஷா யோகப் பயிற்சிகள்

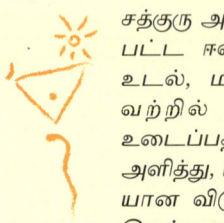

சத்குரு அவர்களால் வடிவமைக்கப் பட்ட ஈஷா யோகப் பயிற்சிகள், உடல், மனம், உணர்ச்சி ஆகிய வற்றில் உள்ள எல்லைகளை உடைப்பதற்கு அரிய வாய்ப்பினை அளித்து, மனிதனின் இயல்பு நிலை யான விடுதலை, அன்பு, மகிழ்ச்சி இவற்றை அடைய வழி வகுக்கிறது. மேலும் ஒருவர் உயர்ந்த உடல் நலத்தையும், மன அமைதி மற்றும் மனத்தெளிவையும் அடைய முடிவதுடன் தன்னை உணர்ந்த ஞானியின் வழிகாட்டுதல் மூலம் உள்நோக்கிய பயணத்துக்கான அரிய வாய்ப்பையும் வழங்குகிறது. உலகம் முழுவதும் ஈஷா யோகப் பயிற்சிகள் தொடர்ந்து நடைபெற்று வருகின்றன.

கிராமப் புத்துணர்வு இயக்கம்

இந்தியக் கலாச்சாரத்தின் அடித் தளமாய் விளங்கும் கிராமங்களில் புத்துணர்வினை ஏற்படுத்து வதற்காக ஈஷா அறக்கட்டளையால் மேற்கொள்ளப்படுகிறது. நடமாடும் மருத்துவமனைகள் மூலமாக கிராம மக்களுக்கு வழங்கப்படும் இலவசச் சிகிச்சைகள், யோகப் பயிற்சி வகுப்புகள், மூலிகைத் தோட்டங்கள், பெண்களுக்குத் தொழிற்பயிற்சிகள், பள்ளி மாணவர்களுக்கு கம்ப்யூட்டர் பயிற்சி வகுப்புகள், சுற்றுச்சூழல் விழிப்பு உணர்வுத் திட்டங்கள் மற்றும் ஆண்கள், பெண்களுக்கான விளையாட்டுக்கள் போன்றவை அனைத்துத் தரப்பு கிராம மக்களையும் தங்கள் வாழ்வுக்குப் பொறுப்பேற்கச் செய்வதுடன், தங்கள் உச்சபட்ச நலனை அடையும்படியான வாய்ப்பை நல்குகிறது. சத்குருவின் நீண்ட நாள் கனவான இத்திட்டத்தின் மூலம் இதுவரை தென்னிந்தியாவில் 3500 கிராமங்களிலுள்ள சுமார் 17 லட்சத்திற்கும் மேலான மக்கள் பயனடைந்துள்ளனர். ஈஷா அறக்கட்டளையால் நடத்தப்பட்டு வரும் வெற்றிகரமான ஈஷா கிராமோத்சவம், கிராம மக்களின் திறமை, உற்சாகம் மற்றும் அவர்களின் கலாச்சாரத்தையும் நகர மக்களுக்கு வெளிப்படுத்துவதாக உள்ளது.

ஈஷா கல்வி இல்லம்

சத்குரு அவர்களின் நீண்ட காலக் கனவு மற்றும் தொலைநோக்குப் பார்வையால் ஈஷா கல்வி இல்லம் துவங்கப்பட்டுள்ளது. ஈஷா கல்வி இல்லமானது, தரமான கல்வியினை சவாலுடனும், ஊக்கத்துடனும், இல்லம் போன்ற சூழலில் வழங்கு கிறது. குழந்தைகளின் உள்ளிருக்கும் இயல்பானவற்றை ஒளிரச் செய்து, கற்கவும் தெரிந்துகொள்ளவும் ஈஷா கல்வி இல்லம் ஊக்குவிக்கிறது. இது எந்த குறிப்பிட்ட மதத்தினையும், எந்த தத்துவத்தினையும் மற்றும் எந்த கருத்தினையும் சார்ந்திராமல், வாழ்க்கையின் அடிப்படை குறித்த உள்நிலைப் புரிதலையும், வாழ்ககை அனுப வங்களை ஆழமாக்கவும் ஊக்குவிக்கிறது.

அனுபவமும் சர்வதேசத் தரமும் வாய்ந்த வெளிநாட்டு ஆசிரி யர்கள் இங்கு பணிபுரிவதால் மாணவர் ஒவ்வொருவருக்குள்ளும் உள்ள கற்றுக்கொள்ளும் ஆர்வத்தைத் தூண்டுதல் எளிதாகிறது. மேலும் இங்கு படிப்பறிவோடு, வாழ்க்கையின் முக்கிய அம்சங்களை அறிந்துகொள்வதை ஊக்கப்படுத்துதலும் வாழ்க்கைத் திறனை ஊக்குவித்தலும் கவனத்தில் கொள்ளப் படுகின்றன.

ஈஷா வித்யா

கிராமக் குழந்தைகளின் மேம் பாட்டுக்காக, சத்குரு அவர்களின் தொலைநோக்குப் பார்வையால் உருவான கல்விப் பணியே ஈஷா வித்யா. உயர்தரமான கல்வியினை வழங்குவதன் வாயிலாக குழந்தை களைப் பேணிக்காப்பதும், அவர்களது வளர்ச்சியினை முன் னெடுத்துச் செல்வதும் இப் பள்ளியின் நோக்கமாகும். இந்தக் கல்விப் பணியின் முக்கிய நோக்கம் தன்னம்பிக்கை, கணிப் பொறி ஆளுமை, நவீன உலகின் சவால்களை எதிர்கொள்ளும் திறன் ஆகியவற்றை வெளிக்கொணர்தல் ஆகும். கணிப்பொறி அறிவினையும், ஆங்கிலப் பேச்சாற்றல் மிக்க இளம் சமூகத்தினரையும் உருவாக்கிட, கணிப்பொறியினை அடிப்படை யாகக்கொண்ட கல்வித் திட்டம் இங்கே அறிமுகப்படுத்தப் பட்டுள்ளது. இந்தக் ல்வித் திட்டத்தின் கீழ் மாநிலம் முழுவதும் மொத்தம் 216 பள்ளிகள் துவக்கத் திட்டமிடப்பட்டு ஏற்கனவே சில பள்ளிகள் துவங்கி நடைபெற்று வருகின்றன.

பசுமைக் கரங்கள் திட்டம்

கடும் வறட்சி, தீராத நீர்ப் பற்றாக் குறை மற்றும் உலகம் வெப்பமாதல் ஆகிய பிரச்னைகளுக்கான தீர்வாக சத்குரு அவர்கள், 2005ம் ஆண்டில் பசுமைக் கரங்கள் திட்டத்தினைத் துவக்கிவைத்தார். இத்திட்டத்தின் கீழ் மக்கள் ஆதரவின் மூலம் 11.4 கோடி மரக்கன்றுகளை நட்டு தமிழகத்தின் பசுமைப்பரப்பை 10 சதவீதம் அதிகரிக்கத் திட்டமிடப்பட்டுள்ளது. 17.10.2006 ல் 2.5 இலட்சம் தன்னார்வத் தொண்டர்கள் மூலம் 29 மாவட்டங்களில், 6284 இடங்களில் 8,52,587 மரக்கன்றுகள் நடப்பட்டு புதிய கின்னஸ் உலக சாதனை நிகழ்த்தப்பட்டது.

ஈஷா புத்துணர்வு மையம்

அடர்ந்த வனப்பகுதி சூழ, வெள்ளி யங்கிரி மலையின் அடிவாரத்தின் அமைதியான சூழ்நிலையில் அமைந்துள்ள இந்த மையம், ஒரு வரை தனது உள் அமைதியையும் நல்ல உடல் நலத்தின் ஆனந்தத் தையும் உணர வைக்கிறது. இம்மை யத்தில் வழங்கப்படும் தனித்துவமும் சக்தியும் வாய்ந்த சத்குருவால் வடிவமைக்கப்பட்ட நிகழ்ச்சிகள் ஒருவருடைய உயிர்சக்தி நிலை களில் சமநிலை மற்றும் அதிர்வுகளை எடுத்துவர வல்லது. இந்தியாவின் தொன்மை வாய்ந்த ஆன்மீகம் மற்றும் மருத்துவ அறிவியலின் துணைகொண்டும், யோக முறைகள், சிறப்பு உணவு, மசாஜ், அல்லோபதி, ஆயுர்வேதம், மூலிகைமருத்துவம் மற்றும் குளியல்களை உள்ளடக்கி சிகிச்சை முறைகள் வடிவமைக்கப்பட்டுள்ளன.

இம்மையத்தின் நிகழ்ச்சிகள் மூலம் கிடைக்கக்கூடிய நன்கொடை, கிராம புத்துணர்வு இயக்கத்தின் கீழ் கிராம மக்களுக்கான இலவச மருத்துவத்திற்கு செலவிடப்படுகிறது.

ஈஷா வர்த்தகம்

ஈஷாவின் கைத்திறனை வீடுகளிலும் சமுதாயத்தின் சூழலிலும் எடுத்து வந்து, மக்களின் வாழ்வை வளமாக்கும் நோக்கத்தின் கீழ் ஈஷா வர்த்தகம் தொடங்கப்பட்டுள்ளது. கட்டிடக்கலை வடிவமைப்பு,

கட்டிடங்கள் கட்டுமானம், உள் வடிவமைப்பு, மேசை நாற்காலி போன்ற பொருட்களின் வடிவமைப்பு, அலங்காரப் புல்வெளிகள், கைவினைப்பொருட்கள் போன்றவற்றிலிருந்து ஆயத்த ஆடைகள் வரை பல்வேறு தயாரிப்புகளும் சேவைகளும் இத்திட்டத்தின் கீழ் வழங்கப்படுகிறது. இத்திட்டத்திலிருந்து கிடைக்கும் நிதிகள் அனைத்தும் கிராம புத்துணர்வு இயக்கத்தின் திட்டங்களுக்கு செலவிடப்படுகிறது.

மஹாசிவராத்திரி

எந்தவொரு ஆத்மசாதகருக்கும் மஹாசிவராத்திரி மிகவும் முக்கியமான ஒன்று. மிகுந்த எழுச்சியோடும் ஆன்மீகத் தீவிரத்தோடும் இந்த இரவு ஒவ்வோராண்டும் ஈஷாவில் கொண்டாடப்படுகிறது. மஹாசிவராத்திரி இரவன்று அமையும் கோள்களின் நிலைப் பாட்டால் கிடைக்கும் பலன்களைப் பெற, இரவு முழுவதும் சத்குரு அவர்கள் சக்திமிக்க பல தியானங்களை வழங்குகிறார். உலகப் புகழ்வாய்ந்த இசைக்கலைஞர்களின் இன்னிசை மற்றும் நமது கலாச்சாரத்தை வெளிப்படுத்தக்கூடிய பல நிகழ்ச்சிகள் நடக்கும் இந்த மஹா சிவராத்திரி விழாவிற்கு ஒவ்வொரு வருடமும் 2 இலட்சம் மக்கள் வருகை புரிகின்றனர்.

மையத்திற்கு வரும் வழி

ஈஷா யோக மையம் கோவையிலிருந்து 30 கிமீ தொலைவில் மேற்குத் தொடர்ச்சி மலையின் ஒரு பகுதியான வெள்ளியங்கிரி மலைச் சாரலில் அமைந்துள்ளது. தென்னிந்தியாவின் முக்கியத் தொழில் நகரமான கோயம்புத்தூர், விமானம், ரயில் மற்றும் சாலைகள் மூலம் மற்ற நகரங்களுடன் சிறப்பான முறையில் இணைக்கப்பட்டுள்ளது. அனைத்து முக்கிய விமான நிறுவனங்களும் சென்னை, டெல்லி, மும்பை, பெங்களூர் ஆகிய இடங்களிலிருந்து கோயமுத்தூருக்கு விமானப் போக்குவரத்தை இயக்கி வருகின்றன. இந்தியாவிலுள்ள அனைத்து முக்கிய நகரங்களிலிருந்தும் இரயில் போக்குவரத்து வசதிகள் செய்யப்பட்டுள்ளன. கோயம்புத்தூரிலிருந்து ஈஷா யோக மையத்திற்கு பேருந்தும், வாடகைக்கார் வசதிகளும் உள்ளன. இங்கு வந்து தங்கியிருக்க விரும்புவோர் முன்கூட்டியே ஈஷா யோக மையத்தை அணுகி அறைகளுக்கு பதிவு செய்து கொள்ளுமாறு வேண்டப்படுகின்றனர்.

சத்குரு அவர்கள் தன்னை உணர்ந்த ஞானியாக, யோகியாக, குருவாகத் திகழ்பவர். அனைத்து மக்களும் தன் இயல்பான ஆனந்தத்தை உணரவும், வாழ்வை தன் உள்நிலை அனுபவத்தின் வாயிலாக நிகழ்த்தவும், தெய்வீகம் உணரவும் கருணையோடு வழிகாட்டுபவர்.

ஆன்மீகத்தை அறிவியல்ரீதியாக அணுகும் சத்குரு அவர்களின் வழிமுறைகளும், மனிதகுல மேன்மைக்காக அவர் ஆற்றிடும் பணிகளும் மகத்தானவை. சத்குரு அவர்கள் உலகின் மிக முக்கிய ஆன்மீகத் தலைவர்களோடும் இயக்கங்களோடும் ஒன்றிணைந்து உலக அமைதி, சர்வதேச ஒத்துழைப்பு மற்றும் புரிந்துகொள்ளல் இவற்றின் வளர்ச்சிப் பணிகளில் ஈடுபட்டுள்ளார். புத்தாயிரமாண்டில், ஐக்கிய நாடுகள் சபையில் நிகழ்ந்த உலக அமைதிக்கான உச்சிமாநாட்டில் மிகச் சிறந்த பங்கேற்பாளராகவும் உலக மதத்தலைவர்கள் கூட்டமைப்பின் உறுப்பினராகவும் செய லாற்றும் சத்குரு அவர்கள், தனது அளப்பரிய செயல்களாலும், உலகெங்கும் ஆற்றிடும் சொற்பொழிவுகள் மூலமாகவும் உறுதி யான, ஆனந்தமான மனிதகுலத்தினை உருவாக்கிட அயராது பணியாற்றுகிறார்.

ஸ்விட்சர்லாந்து நாட்டில் டாவோஸ் நகரில் ஆண்டுதோறும் நடைபெறும் உலக பொருளாதார உச்சிமாநாட்டிலும் 2006 ம் ஆண்டிலிருந்து சிறப்புப் பிரதிநிதியாக பங்கேற்று வருகிறார். மேலும் சமீபத்தில் நடைபெற்ற ஆஸ்திரேலியன் லீடர்ஷிப் மாநாடு, டால்பெர்க் மாநாடு, இந்திய பொருளாதார மாநாடு மற்றும் பல்வேறு சர்வதேச மாநாடுகளில் பங்கேற்றுள்ளார். நடப்பு விஷயங்கள் மற்றும் உலக விஷயங்களை சத்குரு புரிந்து வைத்திருக்கும் விதமும், மனிதநலனுக்கான அவரது விஞ் ஞானப்பூர்வமான அணுகுமுறையும் உலகளவில் அனைவரின் கவனத்தையும் ஈர்த்திருக்கிறது.

சக்திவாய்ந்த யோகப் பயிற்சிகளை மட்டுமல்லாது சமூகம் மற்றும் சுற்றுச்சூழலுக்கு நன்மை பயக்கும் கிராம புத்துணர்வு இயக்கம், பசுமைக்கரங்கள் திட்டம், ஈஷா வித்யா பள்ளிகள் போன்ற திட்டங்களை வடிவமைத்து செயல்படுத்துகிறார். உலகின் பல பகுதிகளில் உள்ள பல்லாயிரம் தொண்டர்களோடு ஒன்றி ணைந்து மனிதகுல மேம்பாட்டிற்கான மகத்தான செயல்களில் தம்மை அர்ப்பணித்துள்ள சத்குரு அவர்கள் சமூக சீரழிவுகள், தனிமனித சீரழிவுகள் மற்றும் உலகியல் நடைமுறைகள் குறித்து வெளிப்படுத்தும் அணுகுமுறைகளும், பரிமாணங்களும் ஆணித் தரமானவை. அனைத்து மக்களும் தமது இயல்பான நிலையை உணரவேண்டும் என்ற தீவிரத்தோடும், தெளிவோடும் சத்குரு அவர்களது உள்நிலையிலிருந்து வெளிப்படும் வார்த்தைகள் ஒரு மனிதனது வாழ்வின் போக்கையே மாற்றவல்லவை. அவை உங்களுள் ஆழமான தாக்கத்தை நிச்சயம் ஏற்படுத்தும்.

சத்குரு

ஈஷாவின் பிற வெளியீடுகள்!

புத்தகங்கள்	விலை ரூ.
ஞானியின் சந்நதியில்	75
ஞானத்தின் பிரம்மாண்டம்	225
ஆனந்தத்தின் பிரகடனம்	25
உயிரென்னும் பூ மலரும்	25
தியானலிங்கம் மெய்ஞானத்தின் விஞ்ஞானம்	30
அமைதி உன் பிறப்புரிமை	20
மனித சக்தி மகத்தான சக்தி	35
சத்குரு சத்சங்கம் (தொகுப்பு 1 முதல் 5 வரை)	100
குழந்தையை ஊக்கப்படுத்துங்கள், உலகை ஊக்கப்படுத்துங்கள்.	20
துன்பம் ஏன்?	20
முழுமை தேடுதல்	20
பாலுணர்வும் தெய்வீகமும்	20
உறவுகள்	20
மனம் பிளவுபட்ட புரிதல்	20
பெண் இறைமையின் மறுபக்கம்	40
ஆளுமை கரைதல்	20
அமைதிக் கலாச்சாரம்	20
நிர்வாகம்	20
பொருள்நிலை கடந்த பரிமாணம்	20
அறியாமையின் வலி	20
குரு உங்களை சாதுர்யமாகவே கையாள்கிறார்	20
அறிவின் கழைக்கூத்தாட்டம்	20
ஞானோதயம்	20
படைப்பிலிருந்து படைத்தவனுக்கு	20
கருணைக்கு பேதமில்லை...	10
நீங்கள் நல்லவரா கெட்டவரா ?	35
மரணம் அப்புறம் ?	35
விதியை மாற்றும் விஞ்ஞானம்	35
உறவுகள் எதற்காக?	35
பாதையில் பூக்கள்	75
ஆள்வதற்குத் தேவையா ஆன்மீகம்?	35
உனக்குள் இருக்குது உன்னதம்	60
ஆனந்தமாய் வாழவே ஆன்மீகம்	35
சாதாரணத்திலிருந்து மிக சாதாரணத்திற்கு	35
குருவைத் தேடி	35
எது புனிதத்தலம்?	35
தியானம் ஆனந்தத்தின் வாசல்	35
விவசாயி நமது வளர்ப்புத்தாய்	15
வெள்ளியங்கிரி	20
மூலிகை அற்புதம்	15
மரங்கள் வரங்கள்	15
அத்தனைக்கும் ஆசைப்படு	95
உனக்காகவே ஒரு இரகசியம்	110
உனக்குள் இருக்குது உன்னதம்	60

இசை வெளியீடுகள்

- சவுண்ட்ஸ் ஆப் ஈஷா (சி.டி - கேசட்)
- தியானலிங்கம் சுதா ரகுநாதன் (சி.டி. - கேசட்)
- நாத ஆராதனா (சி.டி. - கேசட்)
- நாதப்பிரம்மா (சி.டி. - கேசட்)
- தியானலிங்கம் பாலமுரளி கிருஷ்ணா (கேசட்)
- இசை அமுதம் தியானலிங்கம் (கேசட்)
- சாந்தி உத்சவ் வாணி ஜெயராம் (கேசட்)
- பசுமைக்கரங்கள் சவுண்ட்ஸ் ஆப் ஈஷா (சி.டி.)
- ஆடியோ (கேசட் - சி.டி.க்கள்)
- ஞானியின் சந்நதியில் (தொகுப்பு 1 முதல் 5 வரை)
- விட்டு விடுதலையாவோம்
- நான் என்பது
- ஆசைக்கு அடிப்படை
- ஞானம் சாதாரண மனிதருக்கும் சாத்தியம

வீடியோ (வி.சி.டி.க்கள்)

- ஞானியின் சந்நதியில் (தொகுப்பு 1 முதல் 4 வரை)
- சத்குரு சந்நதியில்
- ஈஷா கிராமோத்சவம் 2005
- சத்குரு சத்சங்கம் (தொகுப்பு 1 முதல் 11 வரை)
- விவசாயி நமது வளர்ப்புத் தாய்
- கருணைக்கு பேதமில்லை...
- தமிழ் மண்ணில் ஈஷா

மற்றும் பல ஆங்கில புத்தகங்களும், ஆடியோ - வீடியோ சீ.டி.க்களும் அனைத்து முன்னனி கடைகளிலும் கிடைக்கும்.

ஈஷா வெளியீடுகளின் மூலம் வரும் நிதி, கிராம மக்களின் மருத்துவ சேவைக்கென ஈஷாவின் கிராம புத்துணர்வு இயக்கம் மூலமாக பயன்படுத்தப்படுகிறது.